സൂഫിസവും ഇസ്ലാമും
ഒരു സാംസ്കാരിക ചരിത്രം

Sufisavum Islamum
Oru Samskarika Charithram
Study

Bindhu Chandni

CHINTHA PUBLISHERS
Thiruvananthapuram

First Edition
August 2022

Published
Chintha Publishers, Thiruvananthapuram

Cover Design
Vinod Mangoes

ISBN : 978-93-93468-53-6

CO - 3171 / 6168

Email: chinthapublishers@gmail.com
Website: www.chinthapublishers.com

A version is available at National Libraries
Kolkata, Mumbai, Chennai and Delhi

Distribution
DESHABHIMANI BOOKHOUSE
H O Thiruvananthapuram 695035

Branch
Head Office Kunnukuzhi • Statue Thiruvananthapuram
KSRTC Bus Terminal Thampanoor • Saphalyam Complex Thiruvananthapuram
KSRTC Bus Station Alappuzha • KSRTC Bus Station Ernakulam
Machingal Lane Thrissur • IG Road Kozhikode
Mavoor Road Kozhikode • NGO Union Building Kannur
Central Bus Terminal Complex Thavakkara Kannur

സൂഫിസവും ഇസ്ലാമും
ഒരു സാംസ്കാരിക ചരിത്രം

ബിന്ദു ചാന്ദ്നി

ചിന്ത പബ്ലിഷേഴ്സ്
തിരുവനന്തപുരം-695 035

ബിന്ദു ചാന്ദ്നി

അദ്ധ്യാപിക, എഴുത്തുകാരി. പോണ്ടിച്ചേരി കേന്ദ്ര സർവ്വ കലാശാലയിൽ നിന്ന് ചരിത്രത്തിൽ എം ഫിൽ ബിരുദം നേടി. പാലക്കാട് ജില്ലയിലെ ആദ്യകാല കമ്യൂണിസ്റ്റ് പ്രവർത്തകനും സി ഐ ടി യു അഖിലേന്ത്യാ നേതാവുമായിരുന്ന സഖാവ് എൻ പി സെയ്തലവിയുടെയും പാത്തിമിയുടെയും മകളാണ്. പരേതനായ അഡ്വ. കെ എം ഷാജഹാന്റെ (Retd. IAC, Com, Tax, Palakkad) ഭാര്യയാണ്. ഏകമകൾ അമീന പർവ്വീൺ.

പാലക്കാട് ജില്ലയിൽ മോയൻ മോഡൽ ഗേൾസ് ഹയർ സെക്കണ്ടറി സ്കൂളിൽ അദ്ധ്യാപികയായി ജോലി ചെയ്യുന്നു. *മാപ്പിള മുസ്ലീംസ് ഓഫ് പൊന്നാനി* ആണ് ആദ്യ പുസ്തകം.

വിലാസം: ചാന്ദ്നി
ഹരിതപുരി
കനാൽ റോഡ്, ഒലവക്കോട്.

ഫോൺ : 9496293014

ഉള്ളടക്കം

സൂഫിസം	7
ഇസ്ലാമിന്റെ ഉത്ഭവവും വളർച്ചയും	9
ഇസ്ലാമിന്റെ സ്രോതസ്സുകൾ	13
സൂഫിസത്തിന്റെ ഉത്ഭവം	15
ദാതാ ഗഞ്ച് ബക്ഷിന്റെ കഥ	17
ഇന്ത്യാ ഉപഭൂഖണ്ഡത്തിലെ സൂഫിസം	19
ചിഷ്തി ഖാൻകയിലെ ജീവിതം	22
ദിക്ക്ർ (Zikr),സാമ (Sama)	24
സൂഫികളും രാഷ്ട്രവും	26
അക്ബർ ചക്രവർത്തിയുടെ സിയാറത്ത്	30
അക്ബർ ചക്രവർത്തിയുടെ മതവീക്ഷണങ്ങൾ	32
പേർഷ്യൻ ഭാഷയുടെ വളർച്ച	39
സൂഫിസത്തിലെ പെൺ പൊലിമ	45
ഹേഗിയോഗ്രാഫി	48
ഇസ്ലാം മതം ഹിജ്റ കലണ്ടർ	54
സൂഫി തത്ത്വശാസ്ത്രം	61
ആത്മീയാവസ്ഥകളും സ്ഥാനങ്ങളും	72
സംഗ്രഹം	76
ഗ്രന്ഥസൂചിക	80

പ്രസാധകക്കുറിപ്പ്

മതശാഠ്യങ്ങളുടെ പുറത്തു നിന്നുകൊണ്ട് പരംപൊരുളുകൾ തേടുന്ന അവധൂതരാണ് സൂഫികൾ. സൂഫികൾ പ്രചോദനമുൾക്കൊള്ളുന്നത് പ്രവാചകനായ മുഹമ്മദ് നബിയിൽനിന്നും വിശുദ്ധ *ഖുർ ആനിൽ* നിന്നുമാണ്. ജീവിതത്തിന്റെ ഭൗതിക കാമനകളെ മറികടന്ന് ലളിതജീവിതം പിന്തുടർന്ന് ദൈവം മനുഷ്യനൊപ്പം പാർപ്പുറപ്പിക്കുന്നവനാണെന്ന സന്ദേശം പ്രചരിപ്പിക്കുന്നവരാണ് സൂഫികൾ. സൂഫിസം അറേബ്യയിൽ മാത്രം ഒതുങ്ങുന്ന പ്രസ്ഥാനമല്ല. ഭാരതത്തിൽ ഇസ്ലാമിനൊപ്പമെത്തി മതങ്ങൾക്കപ്പുറത്തേക്ക് അത് വളർന്നു. സൂഫികളുടെ കവിതയും സംഗീതവും കാലദേശങ്ങൾക്കപ്പുറം സഞ്ചരിക്കുന്നു. സൂഫിസവും ഇസ്ലാമും തമ്മിലുള്ള ബന്ധം പരിശോധിക്കുന്ന ഈ കൃതി സാംസ്കാരിക-ചരിത്ര സ്ഥലികളിലൂടെയുള്ള വിജ്ഞാനസഞ്ചാരമാണ്. ഏതു കൊടിയ ഭീഷണിക്കുമുന്നിലും പതറാതെ ജീവിതം എന്ന മഹാ ആഖ്യാനത്തിന്റെ പൊരുൾ തേടുന്ന സൂഫിസത്തെക്കുറിച്ചുള്ള പഠനം സാംസ്കാരിക ബഹുസ്വരത വെല്ലുവിളികൾ നേരിടുന്ന ഇക്കാലത്ത് ഏറെ പ്രസക്തമാണ്.

ചിന്ത പബ്ലിഷേഴ്സ്

സൂഫിസം

വിശുദ്ധ *ഖുർആനിൽ*നിന്നും മുഹമ്മദ് നബിയുടെ ജീവിതത്തിൽ നിന്നും പ്രചോദനമുൾക്കൊണ്ട് ആരംഭിച്ച ആത്മീയപ്രസ്ഥാനമാണ് സൂഫിസം. ആദ്ധ്യാത്മികതയിലൂടെയും ധ്യാനത്തിലൂടെയും ദൈവത്തെ ആഴത്തിൽ മനസ്സിലാക്കുന്നതിനാണ് സൂഫികൾ ശ്രമിച്ചത്. ഭൗതിക ജീവിതത്തോടും സുഖസൗകര്യങ്ങളോടും സമൂഹം കാണിച്ച തൃഷ്ണയെ സൂഫികൾ നിരാകരിച്ചു. ദൈവത്തെയും സർവ്വപ്രപഞ്ചത്തെയും ഒന്നായി കാണുന്ന സർവ്വേശ്വരവാദം (Pantheism) എന്ന സിദ്ധാന്തം സൂഫിസത്തിന്റെ മുഖ്യ പ്രമേയമാണ്. സർവ്വേശ്വരവാദം ദൈവത്തിന്റെ ഏകത്വത്തിൽ വിശ്വസിക്കുന്നു. മനുഷ്യാത്മാവ് അതിന്റെ സ്രഷ്ടാവിൽ വിലയം പ്രാപിക്കണമെന്ന് അതു സിദ്ധാന്തിക്കുന്നു. ദൈവത്തോടുള്ള തീവ്രമായ സ്നേഹമാണ് ദൈവവുമായി ഒത്തുചേരുന്നതിനുള്ള പ്രധാന മാർഗ്ഗം. ഈ ആശയം പ്രചരിപ്പിച്ചത് ഒമ്പതാം നൂറ്റാണ്ടിൽ ബസ്രയിൽ ജീവിച്ചിരുന്ന, റാബിയ എന്ന സന്ന്യാസിനിയാണ്. തന്റെ കവിതകളിലൂടെ അവർ ദൈവസ്നേഹം പ്രചരിപ്പിക്കുകയായിരുന്നു. ജനങ്ങളിൽ ദൈവത്തോടുള്ള തീവ്രസ്നേഹം ഉജ്ജ്വലിപ്പിക്കാനും അവരിൽ നിർവൃതിയുളവാക്കാനും സൂഫികൾ സംഗീത സദസ്സുകൾ വ്യാപകമായി സംഘടിപ്പിച്ചിരുന്നു.

*ഖുർആനെ*യും പ്രവാചകന്റെ പാരമ്പര്യത്തെയും വരട്ടുതത്ത്വവാദപരമായി നിർവ്വചിക്കുന്നതിനെയും പണ്ഡിതഗർവ്വോടെ വ്യാഖ്യാനിക്കുന്നതിനെയും സൂഫികൾ എതിർത്തു. ദൈവാനുഭൂതിയിൽ അധിഷ്ഠിതമായ *ഖുർആ*ന്റെ വ്യാഖ്യാനമാണ് സൂഫികൾ ആഗ്രഹിച്ചത്. മതമോ പദവിയോ ലിംഗമോ നോക്കാതെ എല്ലാവരോടും തുറന്ന സമീപനമാണ് സൂഫിസത്തിനുള്ളത്. സൂഫിവര്യനായ ദുൽനൻ മസ്റി ഖലീഫയ്ക്കു മുന്നിൽ ഇപ്രകാരം പ്രഖ്യാപിക്കുകയുണ്ടായി: “ഞാൻ യഥാർത്ഥ ഇസ്ലാം

പഠിച്ചത് ഒരു വയോധികയിൽനിന്നും യഥാർത്ഥ സൽഗുണങ്ങൾ പഠിച്ചത് ഒരു ജലവാഹകനിൽ നിന്നുമാണ്." സൂഫിസത്തിൽ വർഗ്ഗ വ്യത്യാസങ്ങൾ ഉണ്ടായിരുന്നില്ലെന്ന് ഇതു വ്യക്തമാക്കുന്നു. സൂഫിസം, മതത്തെ സ്ഥാപനവല്ക്കരിക്കുന്നതിൽനിന്നും മോചിപ്പിച്ചു. സൂഫിസം മതത്തെ വ്യക്തിപരമാക്കിക്കൊണ്ട് ജനശ്രദ്ധ പിടിച്ചുപറ്റുകയും യാഥാസ്ഥിതിക ഇസ്ലാം മതത്തിന് കടുത്ത വെല്ലുവിളി ഉയർത്തുകയും ചെയ്തു.

സൂഫിസത്തിന് ഇസ്ലാമിക ഗ്രന്ഥങ്ങളിൽ കാണുന്ന പദമാണ് 'താസാവുഫ്.' പത്തൊമ്പതാം നൂറ്റാണ്ടിലാണ് 'സൂഫിസം' എന്ന വാക്കിന്റെ ഉത്ഭവം. പല വിധത്തിലാണ് ചരിത്രകാരന്മാർ ഈ വാക്കിന് അർത്ഥം കല്പിച്ചിരിക്കുന്നത്. ഭൗതിക വിരക്തി പ്രസ്ഥാനത്തിന്റെ (asceticism) പരിഷ്കൃത രൂപമാണ് സൂഫിസം. 'സഫ' (പരിശുദ്ധമാവുക) എന്ന പദത്തിൽ നിന്നാണ് അത് ഉടലെടുത്തതെന്നാണ് ഒരു വ്യാഖ്യാനം. ദൈവമൊഴികെ എല്ലാറ്റിൽനിന്നും പരിശുദ്ധനും തെരഞ്ഞെടുക്കപ്പെട്ടവനുമാരോ അവനാണ് യഥാർത്ഥ സൂഫി. കമ്പിളി എന്നർത്ഥം വരുന്ന 'സൂഫ്' (Suf) എന്ന വാക്കിൽ നിന്നാണ് 'സൂഫിസം' എന്ന വാക്കുണ്ടായത് എന്നാണ് ചിലരുടെ അഭിപ്രായം. സൂഫികൾ ധരിക്കുന്ന അയഞ്ഞ കമ്പിളി വസ്ത്രത്തെയാണ് ഈ പദം സൂചിപ്പിക്കുന്നതെന്ന് അവർ കരുതുന്നു.

ഇസ്ലാമിന്റെ ഉത്ഭവവും വളർച്ചയും

ഇസ്ലാമിലെ ചിന്താധാരകളിൽ ഒന്നായ സൂഫിസത്തെക്കുറിച്ചു പറയുമ്പോൾ ഇസ്ലാമിക ചരിത്രത്തെക്കുറിച്ചു പ്രതിപാദിക്കാതെ കടന്നുപോകാൻ കഴിയില്ല. അറേബ്യൻ ഉപദ്വീപിൽ ജീവിച്ചിരുന്ന ബെദുയനികളുടെ (Bedouins) നാടോടി പാരമ്പര്യങ്ങളിൽ നിന്ന് മദ്ധ്യ ഇസ്ലാമിക പ്രദേശത്തെ രാഷ്ട്ര രൂപീകരണത്തിലേക്ക് ഇസ്ലാം എത്തിച്ചേർന്നതിനെക്കുറിച്ച് മനസ്സിലാക്കേണ്ടിയിരിക്കുന്നു.

ലോകത്തിന്റെ വിവിധ ഭാഗങ്ങളിലായി ഇപ്പോൾ നൂറു കോടിയിലധികം മുസ്ലിങ്ങളുണ്ട്. അവർ പല രാജ്യങ്ങളിലെ പൗരന്മാരാണ്. പല ഭാഷകൾ സംസാരിക്കുന്നവരാണ്. വ്യത്യസ്ത രീതിയിൽ വേഷം ധരിക്കുന്നവരാണ്. അവർ മുസ്ലിങ്ങളായിത്തീർന്ന പ്രക്രിയകളും വ്യത്യസ്തമാണ്. എന്നിരുന്നാലും ഇസ്ലാമിക സമുദായത്തിന്റെ ഉത്ഭവം ഏകീകൃതമായൊരു ഭൂതകാലത്തിൽ നിന്നാണ്. ഏതാണ്ട് 1400 വർഷങ്ങൾക്കുമുമ്പ് അറേബ്യൻ ഉപദ്വീപിലാണ് ഇസ്ലാം മതത്തിന്റെ ഉത്ഭവം.

എ ഡി ഏഴാം നൂറ്റാണ്ടിൽ പ്രവാചകനായ മുഹമ്മദ് (571–632) ആണ് ഇസ്ലാം മതത്തിന് രൂപം നല്കിയത്. അറേബ്യയിൽ ഇസ്ലാമിന്റെ ആഗമനത്തിനു മുമ്പ് അറബികൾ ബഹുദൈവ വിശ്വാസികളും വിഗ്രഹാരാധകരും ആയിരുന്നു. അവർ വിവിധ ഗോത്രങ്ങളായി വിഭജിക്കപ്പെട്ടിരുന്നു. പല അറബ് ഗോത്രങ്ങളും നാടോടികളായിരുന്നു. ചില ഗോത്രങ്ങൾ നഗരങ്ങളിൽ സ്ഥിരതാമസമാക്കുകയും കച്ചവടത്തിലോ കൃഷിയിലോ ഏർപ്പെടുകയും ചെയ്തു. മുഹമ്മദ് നബി ജനിച്ചുവളർന്നത് മെക്കയിലെ ഖുറൈശി (Quraysh) ഗോത്രത്തിലാണ്. മെക്കയിലെ കഅബ ദേവാലയം ഖുറൈശി ഗോത്രത്തിന്റെ നിയന്ത്രണത്തിലായിരുന്നു. എല്ലാവരും കഅബയെ പാവനമായ ആരാധനാലയമായി കണക്കാക്കുകയും വർഷംതോറും തീർത്ഥാ

ടനം (ഹജ്ജ്) നടത്തുകയും ചെയ്യുന്നു. യെമനും സിറിയയ്ക്കും മദ്ധ്യേയുള്ള ഒരു വ്യാപാര പാതയ്ക്കരികിലാണ് മെക്ക സ്ഥിതി ചെയ്യുന്നത്. മെക്കയിലുള്ള തീർത്ഥാടനവും വ്യാപാരവും പരസ്പരം സംവദിക്കാനും വിശ്വാസങ്ങളും ആചാരങ്ങളും പങ്കുവെക്കാനും നാടോടി ഗോത്രങ്ങൾക്കും സ്ഥിരതാമസമാക്കിയ ഗോത്രങ്ങൾക്കും അവസരമേകി.

എ ഡി 610–632 കാലയളവിലാണ് പ്രവാചകൻ മുഹമ്മദ് നബി അറേബ്യയിൽ ഇസ്ലാമിക പ്രബോധനം നടത്തിയത്. അദ്ദേഹം പഠിപ്പിച്ച ആരാധനാ രീതി വളരെ ലളിതമായിരുന്നു. ദൈനംദിന പ്രാർത്ഥനകളും (സലാത്ത്) സാന്മാർഗ്ഗിക തത്ത്വങ്ങളും (ദാനം, ധർമ്മം, മോഷ്ടിക്കാതിരിക്കൽ മുതലായവ) വ്രതവും ഇതിൽ ഉൾപ്പെടുന്നു. നബിയുടെ സന്ദേശങ്ങൾ മെക്കയിലെ ജനങ്ങളെ ആകർഷിച്ചു. കച്ചവടം, മതം എന്നിവയുടെ നേട്ടങ്ങൾ തങ്ങൾക്കു നഷ്ടപ്പെട്ടുവെന്ന് കരുതിയിരുന്ന മെക്കയിലെ ജനങ്ങൾ പുതിയൊരു സാമുദായിക സ്വത്വത്തിനു വേണ്ടി കാത്തിരിക്കുകയായിരുന്നു. മുഹമ്മദ് നബി രൂപപ്പെടുത്തിയ തത്ത്വങ്ങൾ സ്വീകരിച്ചവർ മുസ്ലിങ്ങൾ എന്നറിയപ്പെട്ടു. താമസിയാതെ മെക്കയിലെ പ്രമാണിമാരുടെ എതിർപ്പ് മുസ്ലിങ്ങൾക്ക് നേരിടേണ്ടി വന്നു. നബിയേയും അദ്ദേഹത്തിന്റെ അനുയായികളെയും പീഡിപ്പിക്കാനും അപായപ്പെടുത്താനും അവർ ശ്രമിച്ചു. എ ഡി 622 ൽ മുഹമ്മദ് നബിയും അനുയായികളും മെക്കയിൽ നിന്ന് മദീനയിലേക്ക് പലായനം ചെയ്തു. ഹിജ്റ എന്നറിയപ്പെടുന്ന ഈ സംഭവം ഇസ്ലാമിന്റെ ചരിത്രത്തിലെ ഒരു വഴിത്തിരിവായിരുന്നു.

അധികം താമസിക്കാതെ മദീനാ നഗരത്തിന്റെ ഭരണാധികാരിയും മതാചാര്യനുമായി മാറിയ മുഹമ്മദ് നബി സുശക്തമായ ഒരു ഭരണകൂടവും സ്ഥാപിച്ചു. എ ഡി 630 ൽ അദ്ദേഹം മെക്ക ആക്രമിച്ചു കീഴടക്കി. അതോടെ അദ്ദേഹത്തിന്റെ പ്രശസ്തി എല്ലായിടത്തും പരന്നു. മദീനയിലെ ഗോത്രങ്ങൾ കൂട്ടത്തോടെ ഇസ്ലാം മതം സ്വീകരിക്കുകയും ചെയ്തു. ബെദുയിനുകളും ഇസ്ലാം മതം സ്വീകരിച്ച് സമുദായത്തിൽ അംഗങ്ങളായി. മദീന ഉയർന്നുവരുന്ന ഇസ്ലാമിക രാഷ്ട്രത്തിന്റെ തലസ്ഥാനവും മെക്ക അതിന്റെ മതകേന്ദ്രവുമായി മാറി. മുഹമ്മദ് നബിയുടെ രാഷ്ട്രീയ നേതൃത്വത്തിൻകീഴിൽ യഹൂദരേയും ക്രിസ്ത്യാനികളേയും ബഹുദൈവാരാധകരേയും ഉൾപ്പെടുത്തി ഉമ്മ (വിശ്വാസികളുടെ ഏക സമൂഹം) യെ കൂടുതൽ വിപുലീകരിച്ചു. ആ മുസ്ലിങ്ങൾ എക്കാലത്തും ഇസ്ലാമിക സമൂഹത്തിന്റെ അഭേദ്യമായ ഭാഗമായിരുന്നു.

മുഹമ്മദ് നബിയുടെ മരണശേഷം ആദ്യത്തെ ഖലീഫയായ അബൂബക്കർ ഇസ്ലാമിക രാഷ്ട്രത്തിന് എതിരെയുള്ള കലാപങ്ങളെയെല്ലാം അടിച്ചമർത്തി. രണ്ടാമത്തെ ഖലീഫയായ ഉമറിന്റെ കാലത്ത് ആഭ്യന്തര പ്രശ്നങ്ങൾകൊണ്ടു തകർച്ച നേരിട്ടിരുന്ന ക്രിസ്തുമതത്തെ പ്രോത്സാഹിപ്പിച്ചിരുന്ന ബൈസാന്റയിൻ സാമ്രാജ്യവും സൊറാസ്ട്രിയൻ മതത്തെ പിന്തുണച്ചിരുന്ന സസാനിയൻ സാമ്രാജ്യവും ഇസ്ലാമിക ഭരണത്തിൻകീഴിലായി. മൂന്നാമത്തെ ഖലീഫയായ ഉസ്മാൻ, അറബ് സാമ്രാജ്യത്തിന്റെ അതി

രുകൾ മദ്ധ്യേഷ്യയിലേക്കും വ്യാപിപ്പിച്ചു. നാലാമത്തെ ഖലീഫയായ അലിയുടെ കാലത്താണ് ഇസ്ലാം മതം ഷിയ, സുന്നി വിഭാഗങ്ങളായി വേർതിരിഞ്ഞത്.

എ ഡി 661 ൽ മുആവിയ അടുത്ത ഖലീഫയായി അധികാരമേറ്റെടുത്തു. അതോടെ സച്ചരിതരായ ഖലീഫമാരുടെ കാലം അവസാനിച്ചു. ഡമാസ്കസ് തലസ്ഥാനമാക്കിയ ഉമയ്യദ് രാഷ്ട്രം ഒരു സാമ്രാജ്യത്വ ശക്തിയായിരുന്നു. ഇസ്ലാം മതമായിരുന്നില്ല അതിന്റെ അടിസ്ഥാനം. മറിച്ച് രാഷ്ട്രതന്ത്രവും സിറിയൻ പട്ടാളക്കാരുടെ കൂറുമായിരുന്നു. ഭരണത്തിൽ ക്രൈസ്തവരായ ഉപദേഷ്ടാക്കളും സൊറാസ്ട്രിയന്മാരായ ഉദ്യോഗസ്ഥന്മാരും ഉണ്ടായിരുന്നു. ഉമയ്യദുകൾ ഐക്യത്തിനു വേണ്ടി നിലകൊണ്ടവരാണ്. കലാപങ്ങളെയെല്ലാം ഇസ്ലാമിന്റെ നാമത്തിൽ അവർ അടിച്ചമർത്തി. തങ്ങളുടെ അറബ് സാമൂഹിക സ്വത്വവും അവർ നിലനിർത്തി. അബ്ബാസിദ് ഭരണത്തിനുകീഴിൽ അറബ് സ്വാധീനം കുറയുകയും ഇറാനിയൻ സംസ്കാരത്തിന്റെ പ്രാധാന്യം വർദ്ധിക്കുകയും ചെയ്തു. അബ്ബാസിദുകൾ അവരുടെ തലസ്ഥാനം ബാഗ്ദാദിലേക്കു മാറ്റി. സൈന്യത്തേയും ഉദ്യോഗസ്ഥ മേധാവിത്വത്തേയും പുനഃസംഘടിപ്പിച്ചു, ഇവയുടെ ഗോത്രാടിത്തറ ഇല്ലാതാക്കി. അബ്ബാസിദ് ഭരണാധികാരികൾ ഖലീഫാ ഭരണത്തിന്റെ മതപരമായ പദവിയും ചുമതലകളും ശക്തിപ്പെടുത്തി. ഇസ്ലാമിക സ്ഥാപനങ്ങളേയും പണ്ഡിതന്മാരേയും അവർ പ്രോത്സാഹിപ്പിച്ചു. അബ്ബാസിദ് ഭരണാധികാരികൾ രാഷ്ട്രത്തിന്റെ കേന്ദ്രീകൃത സ്വഭാവം നിലനിർത്തി. ഉമയ്യദുകളുടെ പ്രൗഢമായ രാജകീയ വാസ്തുശില്പകലയും രാജസദസ്സിലെ ആചാരങ്ങളും അവർ നിലനിർത്തിപ്പോന്നു.

ഏഴാം നൂറ്റാണ്ടിലും ഗ്രീക്കു സംസ്കാരത്തിന്റെ സ്വാധീനം ബൈസാന്റയിൻ–സസാനിയൻ സാമ്രാജ്യങ്ങളിൽ ദർശിക്കാമായിരുന്നു. ഗ്രീക്കു സംസ്കാരത്തിന്റെ സ്വാധീനമുള്ള അലക്സാണ്ട്രിയ, സിറിയ, മെസൊപ്പൊട്ടേമിയ എന്നിവിടങ്ങളിലെ വിദ്യാലയങ്ങളിൽ ഇസ്ലാമിക വിഷയങ്ങളോടൊപ്പം ഗ്രീക്ക് ദർശനവും ഗണിതവും വൈദ്യശാസ്ത്രവും പഠിപ്പിച്ചിരുന്നു. ഗ്രീക്ക്–സിറിയൻ ഭാഷകളിലെ പുസ്തകങ്ങൾ അറബിയിലേക്ക് പരിഭാഷപ്പെടുത്തുന്നതിന് ഉമയ്യദ് – അബ്ബാസിദ് ഖലീഫമാർ ക്രൈസ്തവ പണ്ഡിതന്മാരെ ചുമതലപ്പെടുത്തിയിരുന്നു. അൽമാമുന്റെ കാലത്ത് പരിഭാഷാ വകുപ്പും സ്ഥാപിച്ചിരുന്നു. ഗ്രീക്ക്, റോമൻ പണ്ഡിതന്മാരുടെ ഗ്രന്ഥങ്ങൾ മാത്രമല്ല പല പഴയ കൈയെഴുത്തു പ്രതികളും അറബികൾ വിവർത്തനം ചെയ്തു സൂക്ഷിച്ചിരുന്നു.

പില്ക്കാലത്ത്, വിവർത്തനം ചെയ്യപ്പെട്ട ഗ്രീക്ക്, റോമൻ ഗ്രന്ഥങ്ങളോടൊപ്പം അറബി, പേർഷ്യൻ, ചൈനീസ്, ഇന്ത്യൻ എന്നീ ഭാഷാഗ്രന്ഥങ്ങളും യൂറോപ്പിൽ എത്തിച്ചേരുകയും ഇറ്റാലിയൻ നവോത്ഥാനത്തിനു സഹായകമായിത്തീരുകയും ചെയ്തു.

പുതിയ വിഷയങ്ങളുടെ പഠനം വിമർശനാത്മക അന്വേഷണത്തെ പ്രോത്സാഹിപ്പിക്കുകയും അത് ഇസ്ലാമിക ഭൗതികജീവിതത്തെ കാര്യമായി

സ്വാധീനിക്കുകയും ചെയ്തു. മുഅതസില (mutazila) പോലെയുള്ള മതാത്മക മനഃസ്ഥിതിയുള്ള പണ്ഡിത സംഘം ഗ്രീക്കു ന്യായ ശാസ്ത്രവും (logic) യുക്ത്യാധിഷ്ഠിത രീതികളും (methods of reasoning) ഇസ്ലാമിക വിശ്വാസങ്ങളെ യുക്തിഭദ്രമാക്കാൻ വിനിയോഗിച്ചു.

ഒമ്പതാം നൂറ്റാണ്ടു മുതൽ അബ്ബാസിദ് രാഷ്ട്രം ക്ഷയിക്കാൻ തുടങ്ങി. 969 ൽ ഷിയ വംശജരായ ഫാത്തിമിദുകൾ ഈജിപ്തിലെ കെയ്റോയിൽ ഫാത്തിമിദ് ഖലീഫറ്റ് സ്ഥാപിക്കുകയും ചെയ്തു. ഫാത്തിമിദുകളും മറ്റൊരു ഷിയ വംശമായ ബയ്യിദുകളും കവികളേയും പണ്ഡിതന്മാരേയും പ്രോത്സാഹിപ്പിച്ചു.

എ ഡി 950 മുതൽ 1200 വരെയുള്ള കാലത്ത് ഇസ്ലാമിക സമൂഹത്തെ യോജിപ്പിച്ചുനിർത്തിയത് ഏതെങ്കിലുമൊരു പ്രത്യേക രാഷ്ട്രീയ സംവിധാനമോ, ഒരു ഏകഭാഷാ (അറബിക്) സംസ്കാരമോ അല്ല, മറിച്ച് പൊതുവായ സാമ്പത്തിക സാംസ്കാരിക മാതൃകകളാണ്. രാഷ്ട്രത്തേയും സമൂഹത്തേയും തമ്മിൽ വേറിട്ടു നിർത്തൽ, ഇസ്ലാമിക സംസ്കാരത്തിന്റെ ഭാഷയായി പേർഷ്യൻ ഭാഷയെ പുഷ്ടിപ്പെടുത്തൽ, ബൗദ്ധിക പാരമ്പര്യങ്ങൾ തമ്മിലുള്ള പകത്വയാർന്ന സംവാദങ്ങൾ എന്നീ കാര്യങ്ങളിലൂടെയാണ് രാഷ്ട്രീയമായ വിഭജനത്തിന്റെ പശ്ചാത്തലത്തിലും ഐക്യം നിലനിർത്താൻ കഴിഞ്ഞത്. പണ്ഡിതന്മാരും കലാകാരന്മാരും വ്യാപാരികളും മദ്ധ്യ ഇസ്ലാമിക രാജ്യങ്ങളിലൂടെ സ്വതന്ത്രമായി സഞ്ചരിക്കുക വഴി ആശയങ്ങളും ആചാരരീതികളും അന്യോന്യം കൈമാറുകയും ചെയ്തു. ഇവയിൽ ചിലത് മതപരിവർത്തനത്തിന്റെ ഫലമായി ഗ്രാമീണ മേഖലയിലേക്കും എത്തിച്ചേർന്നു. ഉമയ്യദുകളുടെയും ആദ്യ അബ്ബാസികളുടെയും കാലത്ത് പത്തു ശതമാനത്തിൽ താഴെ മാത്രം ഉണ്ടായിരുന്ന മുസ്ലിം ജനസംഖ്യയും ക്രമാതീതമായി വർദ്ധിച്ചു. ഒരു മതമെന്ന നിലയിലും സാംസ്കാരിക വ്യവസ്ഥ എന്ന നിലയിലും ഇസ്ലാം മതത്തിന്റെ സ്വത്വം മറ്റുള്ളവരെ ആ മതത്തിലേക്ക് ആകർഷിച്ചു. പത്തും പതിനൊന്നും നൂറ്റാണ്ടിൽ തുർക്കി സുൽത്താനേറ്റുകളുടെ ആവിർഭാവത്തോടുകൂടി അറബികളുടേയും ഇറാനികളുടേയും കൂടെ ഒരു വിഭിന്ന വംശീയ വിഭാഗം കൂടി ഇസ്ലാമിലേക്ക് കൂട്ടിച്ചേർക്കപ്പെട്ടു.

എ ഡി 600 മുതൽ 1200 വരെ ഈജിപ്ത് മുതൽ അഫ്ഗാനിസ്ഥാൻ വരെയുള്ള പ്രദേശങ്ങൾ ഇസ്ലാമിക ഭരണത്തിന്റെ കീഴിലായി. പിന്നീട് ഇന്ത്യയിലേക്കും യൂറോപ്പിലേക്കും ഇസ്ലാമിക സ്വാധീനം വ്യാപിച്ചു. ഈ കാലഘട്ടത്തിൽ ഇസ്ലാം സമുദായം അതിന്റെ ബഹുഗുണമായ രാഷ്ട്രീയ സാംസ്കാരിക മാതൃകകൾ പ്രദർശിപ്പിച്ചു.

ഇസ്ലാമിന്റെ സ്രോതസ്സുകൾ

മുസ്ലിങ്ങളുടെ വിശുദ്ധ ഗ്രന്ഥമായ *ഖുർആൻ*, പ്രവാചകനായ മുഹമ്മദ് നബിക്ക് 610 നും 632 നും ഇടയിൽ ഉണ്ടായ വെളിപാടുകളുടെ ശേഖരമാണ്. ഈ വെളിപാടുകൾ ക്രോഡീകരിച്ചത് അദ്ദേഹത്തിന്റെ മരണ ശേഷം ഏകദേശം 650 എ ഡിയിൽ ആണ്. വിശുദ്ധ *ഖുർആനിൽ* 114 അദ്ധ്യായങ്ങൾ (സുറത്ത്) ഉണ്ട്. ഇതിൽ തൊണ്ണൂറ്റി മൂന്ന് അദ്ധ്യായങ്ങൾ മെക്കയിൽ വെച്ചും ഇരുപത്തൊന്ന് അദ്ധ്യായങ്ങൾ മദീനയിൽ വെച്ചുമാണ് വെളിവായത്. *ഖുർആ*ന്റെ ശൈലി ഗദ്യത്തിനും പദ്യത്തിനുമിടയിലുള്ള ഒന്നാണ്. പാടുകയും പറയുകയുമല്ലാതെ മധുരതരമായ രൂപത്തിൽ ഓതുകയാണ് ചെയ്യുന്നത്. ഇസ്ലാമിക സാമ്രാജ്യം അറേബ്യയുടെ അതിരുകൾ വിട്ട് വികസിക്കുവാൻ തുടങ്ങിയതോടുകൂടി വിവിധ വിശ്വാസാചാരങ്ങൾ പിന്തുടരുകയും വിവിധ ഭാഷകൾ സംസാരിക്കുകയും ചെയ്തിരുന്ന ആളുകൾക്കിടയിൽ *ഖുർആൻ* പ്രചരിച്ചു.

മതപണ്ഡിതന്മാരുടെ വീക്ഷണത്തിൽ ദൈവഹിതം അറിയുന്നതിനും ലോക ജീവിതത്തിൽ മാർഗ്ഗനിർദ്ദേശം നല്കുന്നതിനും ഉള്ള ഏക മാർഗ്ഗം *ഖുർആനിൽ* നിന്നുള്ള അറിവും (ഇൽമ്) പ്രവാചകന്റെ ജീവിത മാതൃകയും (sunna) മാത്രമായിരുന്നു. മദ്ധ്യകാലത്തിലെ ഉലമകൾ (religious scholars) തഫ്സീറും (*ഖുർആ*ന്റെ വ്യാഖ്യാനങ്ങൾ) മുഹമ്മദു നബിയുടെ ആധികാരികമായ ഹദീസുകളെയും (പ്രവാചകന്റെ പ്രവർത്തനങ്ങളുടേയും വചനങ്ങളുടേയും രേഖകൾ) രേഖപ്പെടുത്തുന്നതിനുമായി സ്വയം സമർപ്പിച്ചു. ദൃക്സാക്ഷി വിവരണങ്ങളെ അടിസ്ഥാനമാക്കിയാണ് ഈ സാമഗ്രികളെല്ലാം രചിക്കപ്പെട്ടിട്ടുള്ളത്. ദൃക്സാക്ഷികളുടെ ഓരോ കുറിപ്പും വിമർശനാത്മക രീതി ഉപയോഗിച്ചു പരിശോധിച്ച്, അതിന്റെ ആധികാരികതയും ആഖ്യാതാവിന്റെ വിശ്വാസ്യതയും സ്ഥാപിച്ചതിനു

ശേഷമാണ് സ്വീകരിച്ചിരുന്നത്. മദ്ധ്യകാല മുസ്ലിം എഴുത്തുകാർ വിവരം തെരഞ്ഞെടുക്കുന്നതിലും വിവരദാതാക്കളുടെ ഉദ്ദേശ്യങ്ങൾ മനസ്സിലാക്കുന്നതിലും കൂടുതൽ ശ്രദ്ധ പതിപ്പിച്ചിരുന്നു.

*ഖുർആനി*ലേയും ഹദീസിലേയും എല്ലാ കാര്യങ്ങളും പൂർണ്ണമായി മനസ്സിലാക്കാൻ കഴിയാതിരുന്നതിനാലും നഗരവല്ക്കരണത്തോടെ ജീവിതം കൂടുതൽ സങ്കീർണ്ണമായിത്തീർന്നതിനാലും നിയമജ്ഞർ ഇസ്ലാമിക നിയമനിർമ്മാണത്തിന് യുക്തിചിന്ത (ഖിയാസ്) യേയും ഉപയോഗപ്പെടുത്തി. സ്രോതസ്സുകളുടെ വ്യാഖ്യാനത്തിലും നിയമശാസ്ത്രത്തിന്റെ രീതിയിലുമുള്ള വ്യത്യാസങ്ങൾ എട്ട്-ഒൻപത് നൂറ്റാണ്ടുകളിൽ നാലു വിധത്തിലുള്ള നിയമ വീക്ഷണ ശാഖകൾക്ക് (Four schools of law, mazhab) രൂപം നൽകി. ഇത് മാലിക്കി (Maliki), ഹനഫി (Hanafi), ഷാഫി (Shafi), ഹൻബലി (Hanbali) എന്നിവയായിരുന്നു. ഓരോ ശാഖയുടെയും പേര് ഓരോ പ്രധാനപ്പെട്ട നിയമജ്ഞന്റെ പേരിൽനിന്നും വന്നതാണ്. അവസാനത്തെ ശാഖയായിരുന്നു ഏറ്റവും യാഥാസ്ഥിതികം.

അനുഷ്ഠാനങ്ങളിലൂടെ (ഇബാദത്ത്) ദൈവവുമായും സാമൂഹിക കാര്യങ്ങളിലൂടെ (മു ആമലത്ത്) മാനവരാശിയുമായുള്ള മുസ്ലിങ്ങളുടെ ബന്ധത്തെ നിയന്ത്രിക്കുന്നതിന് ചില പണ്ഡിതർ ഒരു നിയമസംഹിത (ശരിഅത്ത്-നേരായ മാർഗ്ഗം) എഴുതിയുണ്ടാക്കി. സുന്നി സമൂഹത്തിലെ സാദ്ധ്യമായ എല്ലാ നിയമപ്രശ്നങ്ങൾക്കും ശരിയത്ത് മത നിർദ്ദേശം നല്കിയെങ്കിലും അതിന്റെ ശ്രദ്ധ കൂടുതൽ പതിഞ്ഞത് വ്യക്തിപദവി (personal status, വിവാഹം, വിവാഹമോചനം, പൈതൃക സ്വത്ത് തുടങ്ങിയവ) സംബന്ധിക്കുന്ന കാര്യങ്ങളിലായിരുന്നു. എന്നാൽ പരമ്പരാഗത നിയമങ്ങൾ അതിന്റെ കരുത്ത് നിലനിർത്തി. പെൺകുട്ടികളുടെ പൈതൃക സ്വത്തിന്റെ അവകാശം പോലുള്ള വിഷയങ്ങളിൽ പരമ്പരാഗത നിയമങ്ങൾ ശരിയ നിയമങ്ങളെ മറികടന്നു. വാണിജ്യ പ്രശ്നങ്ങൾ, ശിക്ഷാവിധികൾ, ദേശസുരക്ഷ, ഭരണഘടനാപരമായ പ്രശ്നങ്ങൾ എന്നിവയ്ക്ക് അതാത് രാഷ്ട്രത്തിന്റെ നിയമങ്ങൾ പാലിക്കാനും ശരിയ വ്യവസ്ഥ ചെയ്തു.

സൂഫിസത്തിന്റെ ഉത്ഭവം

സൂഫിസത്തിന്റെ ഉത്ഭവത്തെക്കുറിച്ച് പണ്ഡിതന്മാർക്കിടയിൽ ഭിന്നാഭിപ്രായങ്ങളാണ് നിലനില്ക്കുന്നത്. പ്രവാചകൻ മുഹമ്മദ് നബിയുടെ കാലത്ത് പള്ളിയിൽ താമസിച്ചിരുന്ന സൂഫിക്കാരിൽ നിന്നാണ് സൂഫികളുടെ ഉത്ഭവം എന്നു കരുതുന്നവരുണ്ട്. അതല്ല, മുഹമ്മദ് നബിക്കു മുമ്പേ ഉള്ള പ്രവാചകന്മാരുടെ കാലത്തും സൂഫികൾ ഉണ്ടായിരുന്നു എന്നു മറ്റൊരു വിഭാഗം കരുതുന്നു. പ്രവാചകനുശേഷം രണ്ടാം തലമുറയിലെ സുഹ്ഹാദ് എന്ന ജീവപരിത്യാഗികൾ, ഉബ്ബാധ് എന്ന ധ്യാനത്തിൽ മുഴുകിയവർ എന്നിവരിൽ നിന്നാണ് സൂഫികളുടെ തുടക്കം എന്നാണ് മറ്റൊരു വാദം. യമനിലെ ഉവൈസുൽ ഖർനി, ഹസൻ ബസ്രി, നായിദ് അൽ മുസൈബ് എന്നിവർ പ്രവാചക കാലത്തും ശേഷവുമുള്ള സൂഫിയോഗികൾ ആയിരുന്നുവെന്ന് കരുതപ്പെടുന്നുമുണ്ട്.

ഉമവിയ്യ കാലഘട്ടത്തിലാണ് സൂഫിസം ശക്തി പ്രാപിച്ചുവന്നത്. ഉമവിയ്യ രാജാക്കന്മാരുടെയും അക്കാലത്തെ ജനങ്ങളുടെയും ആഡംബരപൂർണ്ണമായ മതബോധമില്ലാത്ത ജീവിതത്തോടുള്ള മടുപ്പ് അതിന്റെ വളർച്ചയേയും സ്വാധീനിച്ചു. ഇസ്ലാമിന്റെ സുവർണ്ണകാലമായ അബ്ബാസിദ് കാലഘട്ടം സൂഫിസത്തിന്റെയും സുവർണ്ണകാലമായിരുന്നു.

സൂഫിസത്തിന്റെ വ്യാപനം, ഇസ്ലാമിക വ്യാപനത്തിലും സമഗ്രമായ ഇസ്ലാമിക സംസ്കാര സൃഷ്ടിയിലും നിർണ്ണായക പങ്കുവഹിച്ചു. രാജ്യങ്ങൾക്കനുസരിച്ച് സൂഫി സിദ്ധാന്തങ്ങൾക്കും മാറ്റം ഉണ്ടായിരുന്നു. വ്യത്യസ്ത പരിതസ്ഥിതികളുടെ സ്വാധീനം സ്വാഭാവികമായും സൂഫിസത്തിന്റെ വളർച്ചയേയും സ്വാധീനിച്ചു. ഗ്രീക്ക്, പേർഷ്യൻ, ഇന്ത്യൻ തത്ത്വശാസ്ത്രങ്ങൾ അതിൽ സ്വാധീനം ചെലുത്തിയിട്ടുണ്ട്. അറേബ്യ, ഇറാഖ്, ഇറാൻ, ഈജിപ്ത്, സിറിയ, അഫ്ഗാനിസ്ഥാൻ, പാകിസ്ഥാൻ, ഇന്ത്യ

തുടങ്ങിയ രാജ്യങ്ങൾ സൂഫിസത്തിന് ശക്തമായ വേരോട്ടമുള്ള സ്ഥലങ്ങളായിരുന്നു. റാബിയ അൽ അദാവിയ, ബയാസിദ് ബസ്താമി, ശിഹാബുദ്ദീൻ സുഹ്റവർദി, ബഹാ ഉദ്ദീൻ നവ് ശബന്ദി, അബു ഹമീദ് അൽ ഗസ്സാലി, ഖുതുബുദ്ദീൻ മസൂസി, മൻസൂർ അൽ ഹല്ലാജ്, മുയിനുദ്ദീൻ ചിസ്തി, ജലാലുദ്ദീൻ റൂമി, ഒമർ ഖയ്യാം തുടങ്ങിയവർ പ്രസിദ്ധരായ സൂഫികളാണ്.

പതിനൊന്നാം നൂറ്റാണ്ടോടെ *ഖുർആൻ* പഠനങ്ങളെയും സൂഫി ആചാരങ്ങളെയുംകുറിച്ചുള്ള ഒരു സാഹിത്യ ശേഖരത്തോടു കൂടിയ, നന്നായി വികാസം പ്രാപിച്ച ഒരു പ്രസ്ഥാനമായി സൂഫിസം വളർന്നു വന്നു.

ഈ സമയമാകുമ്പോഴേക്കും 'സൂഫികൾ' പന്ത്രണ്ട് 'ഓർഡറുകൾ' (Orders) ആയി സംഘടിപ്പിക്കപ്പെട്ടുകഴിഞ്ഞിരുന്നു. ഈ ഓർഡറുകളെ 'സിൽസിലാസ്' (Silsilas) എന്നു വിളിക്കുന്നു. ചിഷ്തി, ഖാദിരി, ബെക്താഷി, കുബ്രാവിയ, മൗല വിയ്യ, മൂരിസിയ, നവ് ശബന്ദി, നിമാത്തുല്ലാഹി, സെനുസി, ഷാഡിലി, സുഹ്റവർദി, ടിജാനിയ എന്നിവയാണ് പന്ത്രണ്ട് സിൽസിലകൾ.

മിക്ക സൂഫി പരമ്പരകളും അതിന്റെ സ്ഥാപകനിൽ നിന്നാണ് നാമകരണം ചെയ്യപ്പെട്ടിരിക്കുന്നത്, ഉദാഹരണത്തിന്, ഖാദിരി വിഭാഗത്തിന് ഷെയ്ഖ് അബ്ദുൾ ഖാദിർ ജീലാനിയുടെ പേരാണ് നല്കപ്പെട്ടത്. എന്നിരുന്നാലും ചിഷ്തി വിഭാഗം പോലുള്ള സിൽസിലകൾ അവ ഉത്ഭവിച്ച സ്ഥലത്തിന്റെ പേരാണ് നല്കിയിരിക്കുന്നത്. ഉദാഹരണത്തിന്, മദ്ധ്യ അഫ്ഗാനിസ്ഥാനിലെ ചിഷ്തി പട്ടണം.

സൂഫി ആശയങ്ങളുടെ വിപ്ലവാത്മകമായ വ്യാഖ്യാനങ്ങളെ ആസ്പദമാക്കി ചില മിസ്റ്റിക്കുകൾ മറ്റു പ്രസ്ഥാനങ്ങൾ ആരംഭിച്ചു. പലരും 'ഖാൻക്വ' യെ വെറുക്കുകയും ബ്രഹ്മചര്യം അനുഷ്ഠിച്ചുകൊണ്ട് ഭിക്ഷാടകരുടെ രീതിയിൽ നടക്കുകയും ചെയ്തു. അവർ ആചാരങ്ങളെ അവഗണിക്കുകയും തീവ്ര സന്ന്യാസത്തിന്റെ വഴി തെരഞ്ഞെടുക്കുകയും ചെയ്തു. അവർ 'ഖാലൻദാർസ്' (Qalandars), 'മദാരീസ്' (Madaris), മാലംഗ്സ് (Malangs), 'ഹൈദാരീസ്' (Haidaris) എന്നിങ്ങനെ പല പേരുകളിൽ അറിയപ്പെടുന്നു.

അങ്ങനെ സൂഫി ഓർഡറുകൾ രണ്ടായി വിഭജിക്കപ്പെട്ടു. 'ഖാൻക്വ' ഉപേക്ഷിച്ചവർ 'ബി-ശാരിയാ' (Be-Sharia) എന്നറിയപ്പെടുന്നു. 'ശരിയ' നിയമങ്ങൾ അനുസരിക്കാത്തവരാണ് അവർ. 'ശരിയ' അനുസരിക്കുന്ന സൂഫികളെ 'ബ-ശാരിയാ' (Ba-Sharia) എന്നും വിളിക്കപ്പെടുന്നു.

ദാതാ ഗഞ്ച് ബക്ഷിന്റെ കഥ

ആയിരത്തി മുപ്പത്തി ഒമ്പതിൽ അഫ്ഗാനിസ്ഥാനിലെ ഗസ്നിക്കടുത്തുള്ള ഹജ്‌വീർ സ്വദേശിയായ അബ്ദുൾ ഫസൽ അൽ ഹൂജ് വിരി ആക്രമണകാരികളായ തുർക്കി സൈന്യത്തിന്റെ തടവുകാരനായി സിന്ധു നദി കടക്കാൻ നിർബ്ബന്ധിതനായി. അദ്ദേഹം ലാഹോറിൽ സ്ഥിരതാമസമാക്കുകയും തസാവ്വുഫിന്റെ അർത്ഥത്തെക്കുറിച്ചും അത് അനുഷ്ഠിക്കുന്ന സൂഫികളെക്കുറിച്ചും വിശദീകരിക്കുന്നതിനായി പേർഷ്യനിൽ *കഷ്ഫ്-ഉൽ-മഹ്ജൂത് (മൂടപ്പെട്ടതിലെ അനാവരണം ചെയ്യൽ)* എന്ന പേരിൽ ഒരു ഗ്രന്ഥം എഴുതുകയും ചെയ്തു. 1073 ൽ മരണമടഞ്ഞ ഹൂജ് വിരിയെ ലാഹോറിൽ അടക്കം ചെയ്തു. ഗസ്നിയിലെ സുൽത്താനായ മഹമൂദിന്റെ ചെറുമകൻ അദ്ദേഹത്തിന്റെ കബറിടത്തിന് മുകളിൽ ഒരു ശവകുടീരം നിർമ്മിക്കുകയും ഈ ശവകുടീര ആരാധനാലയം അദ്ദേഹത്തിന്റെ ഭക്തർക്ക് ഒരു തീർത്ഥാടന കേന്ദ്രമായി മാറുകയും ചെയ്തു. പ്രത്യേകിച്ച് അദ്ദേഹത്തിന്റെ മരണവാർഷികത്തിൽ.

ഇന്നും ഹൂജ് വിരിയെ, 'ദാതാ ഗഞ്ച് ബക്ഷ്' അഥവാ സമ്പത്ത് നല്കുന്ന ദാതാവ് എന്ന് ആദരിക്കപ്പെടുകയും അദ്ദേഹത്തിന്റെ ശവകുടീരത്തെ 'ദാതാ ദർബാർ' അല്ലെങ്കിൽ 'നല്കുന്നവന്റെ രാജസദസ്സ്' എന്നു വിളിക്കപ്പെടുകയും ചെയ്യുന്നു.

ഖാൻക്വ (Khanqah)

സിൽസിലാസിനെ നയിച്ചത് പ്രഗത്ഭനായ ഒരു മിസ്റ്റിക് ആയിരുന്നു. അദ്ദേഹം താമസിച്ചത് ഒരു 'ഖാൻക്വ' (സന്ന്യാസിമഠം Hospice) യിൽ ആയിരുന്നു. ശിഷ്യന്മാരോടൊപ്പമായിരുന്നു അദ്ദേഹത്തിന്റെ വാസം. ഈ ഗുരുവിനെ അറബിയിലെ 'ഷെയ്ക്ക്' എന്നും പേർഷ്യനിൽ 'പീർ' അഥവാ

'മുർഷീദ്' എന്നും വിളിക്കുന്നു. അദ്ദേഹം ശിഷ്യന്മാരെ (മുരീദുകൾ) ചേർക്കുകയും ഒരു പിൻഗാമിയെ നിയമിക്കുകയും ചെയ്യുന്നു. മാത്രമല്ല ആത്മീയ കാര്യങ്ങളെ സംബന്ധിച്ചുള്ള നിയമങ്ങൾ ഉണ്ടാക്കുന്നതും അന്തേവാസികൾ തമ്മിലും, അന്തേവാസികളും പുറത്തുള്ളവരും തമ്മിലും സംവാദം സംഘടിപ്പിക്കുന്നതും അദ്ദേഹമാണ്.

ഏകദേശം പന്ത്രണ്ടാം നൂറ്റാണ്ടിലാണ് ഇസ്ലാമിക ലോകത്തിന്റെ വിവിധ ഭാഗങ്ങളിൽ സൂഫി സിൽസിലകൾ വ്യക്തമായ രൂപം കൈവരിക്കാൻ തുടങ്ങിയത്. സിൽസില എന്ന പദം ഒരു ചങ്ങലയെ സൂചിപ്പിക്കുന്നു. ഇത് ഗുരുവും ശിഷ്യനുമായുള്ള തുടർച്ചയായ ബന്ധത്തെ സൂചിപ്പിക്കുകയും പ്രവാചകനായ മുഹമ്മദ് നബിയിലേക്കു കണ്ണി മുറിയാതെ നീളുന്ന ആത്മീയ പരമ്പരയാവുകയും ചെയ്യുന്നു. ഈ മാർഗ്ഗത്തിലൂടെയാണ് വിശ്വാസികൾക്ക് ആത്മീയ ശക്തിയും അനുഗ്രഹങ്ങളും പകർന്നത്. പുതിയ അംഗങ്ങൾ പ്രവേശനവുമായി ബന്ധപ്പെട്ട് പ്രഖ്യാപിക്കുന്ന പ്രതിജ്ഞകൾ എടുക്കുകയും കൂട്ടിത്തയ്ച്ച വസ്ത്രങ്ങൾ ധരിക്കുകയും തല മുണ്ഡനം ചെയ്യുകയും ചെയ്യുന്നു.

ഷെയ്ക്കിന്റെ മരണാനന്തരം അദ്ദേഹത്തിന്റെ ദർഗ (ശവകുടീരം) അനുയായികളുടെ ആരാധനാ കേന്ദ്രമായി മാറുന്നു. ചരമ വാർഷികദിനത്തിൽ അഥവാ ഉറൂസിൽ അദ്ദേഹത്തിന്റെ ശവകുടീരത്തിലേക്ക് തീർത്ഥയാത്ര (സിയാർത്ത്) നടത്തുക എന്ന പതിവും ഇതോടെ ആരംഭിക്കുന്നു. മരണത്തോടുകൂടി സൂഫി സന്ന്യാസികൾ ദൈവത്തിൽ വിലയം പ്രാപിക്കുന്നു എന്നാണ് വിശ്വാസം. മരണത്തോടു കൂടി സൂഫികൾ ദൈവത്തോട് കൂടിച്ചേരുമെന്നും അങ്ങനെ ജീവിച്ചിരിക്കുന്നതിനേക്കാളും ദൈവത്തോടു കൂടുതൽ അടുത്താകുമെന്നും ജനങ്ങൾ വിശ്വസിച്ചിരുന്നതാണ് ഇതിന്റെ കാരണം. ഭൗതികവും ആത്മീയവുമായ നേട്ടങ്ങൾക്കായി ജനങ്ങൾ അവരുടെ അനുഗ്രഹങ്ങൾ തേടുന്നതിനായി ശ്രമിച്ചു. അങ്ങനെയാണ് ഷെയ്ക്കിനെ വാലിയായി (ഔലിയ) ആരാധിക്കുന്ന ഉപാസനാ രീതി രൂപം കൊണ്ടത്. വാലി (ഔലിയ) അഥവാ ദൈവത്തിന്റെ സുഹൃത്ത് എന്നാൽ അല്ലാഹുവിന്റെ സാമീപ്യം അവകാശപ്പെടുന്ന അത്ഭുതങ്ങൾ (കറാമത്ത്) പ്രകടിപ്പിക്കുവാൻ അവന്റെ അനുഗ്രഹം (ബർക്കത്ത്) നേടിയ ഒരു സൂഫി ആയിരുന്നു എന്നാണ് വിശ്വാസം.

ഇന്ത്യാ ഉപഭൂഖണ്ഡത്തിലെ സൂഫിസം

ദക്ഷിണേന്ത്യയിൽ ഭക്തിപ്രസ്ഥാനത്തെ നയിച്ചിരുന്നത് ആഴ്വാർ മാരും (വിഷ്ണു ഭക്തർ) നായനാർമാരും (ശൈവ ഭക്തർ) ആയിരുന്നു. അവർ ഒരു സ്ഥലത്ത് നിന്നും മറ്റൊരു സ്ഥലത്തേക്കു സഞ്ചരിക്കുകയും, അവരുടെ ദൈവങ്ങളെ സ്തുതിച്ചുകൊണ്ട് തമിഴ് കീർത്തനങ്ങൾ ആല പിക്കുകയും ചെയ്തു. ബുദ്ധമതത്തിലെയും ജൈനമതത്തിലെയും പല രേയും ഭക്തിപ്രസ്ഥാനം ഹിന്ദുമതത്തിലേക്ക് കൊണ്ടു വന്നു. ശക്തരും പ്രഗത്ഭരുമായ ദക്ഷിണേന്ത്യയിലെ പല രാജാക്കന്മാരും ഭക്തി പാരമ്പര്യ ത്തെയും ബ്രാഹ്മണ പാരമ്പര്യത്തെയും ഒരുപോലെ സഹായിച്ചവരാണ്. ഉത്തരേന്ത്യയിൽ രാജാക്കന്മാരുടെ സഹായത്തോടെ നിർമ്മിക്കപ്പെട്ട ക്ഷേത്രങ്ങളിൽ ശിവനെയും വിഷ്ണുവിനെയും ആരാധിക്കുന്ന സമ്പ്ര ദായം ഉണ്ടായിരുന്നുവെങ്കിലും പതിനാലാം നൂറ്റാണ്ടുവരെ ആഴ്വാർമാ രുടെയും നായനാർമാരുടെയും രചനകളോട് സാദൃശ്യമുള്ള രചനകൾ ഉള്ളതായി ഒരു തെളിവും ചരിത്രകാരന്മാർ കണ്ടെത്തിയിട്ടില്ല. ബ്രാഹ്മ ണർ ആധിപത്യം പുലർത്തിയിരുന്ന ഉത്തരേന്ത്യയിൽ രജപുത്ര രാജാക്ക ന്മാർ ഭക്തിപ്രസ്ഥാനത്തെ പ്രോത്സാഹിപ്പിച്ചില്ല. ബ്രാഹ്മണാധിപത്യത്തെ ചോദ്യം ചെയ്ത നാഥന്മാർ, ജോഗികൾ, സിദ്ധന്മാർ തുടങ്ങിയ പലരും നെയ്ത്തുകാർ ഉൾപ്പെടെയുള്ള ശില്പികളുടെ സംഘത്തിൽ പെട്ടവരാ യിരുന്നു. ഈ മതനേതാക്കന്മാർക്ക് ജനപിന്തുണ ലഭിച്ചിരുന്നുവെങ്കിലും ഭരണവർഗ്ഗത്തിന്റെ സഹായം അവർക്കു ലഭിച്ചില്ല.

തുർക്കികളുടെ വരവും തുടർന്ന് ഡൽഹി സുൽത്താനേറ്റിന്റെ ആവിർ ഭാവവും മത–സാംസ്കാരിക രംഗത്ത് പുതിയ മാറ്റത്തിന് തിരികൊളുത്തി. ഇസ്ലാമിക ഭരണം അറേബ്യക്ക് പുറത്തേക്ക് വ്യാപിച്ചതോടെ വ്യത്യസ്ത മായ ആചാരങ്ങളും പാരമ്പര്യങ്ങളും നിലനിന്നിരുന്ന പ്രദേശങ്ങളിൽ

ഖിയാസ് (സാന യുക്തിചിന്ത), ഇജ്മ (സമുദായത്തിന്റെ സമവായം) എന്നിവ മറ്റു രണ്ടു നിയമ നിർണ്ണയ സ്രോതസ്സുകളായി അംഗീകരിച്ചു. അങ്ങനെ *ഖുർആൻ*, ഹദീസ്, ഖിയാസ്, ഇജ്മ എന്നിവയിൽ നിന്നു മാണ് ഷരിയ രൂപം പ്രാപിച്ചത്. പ്രായോഗികതലത്തിൽ ഭരണാധികാരി കൾ പ്രജകളോട് അയവുള്ള നയമാണ് സ്വീകരിച്ചിരുന്നത്.

സൂഫികളിൽ രണ്ടു വിഭാഗക്കാരും–ബാ ഷാരിയാസുകൾ, ബി ഷാരി യാസുകൾ – ഇന്ത്യയിലുണ്ടായിരുന്നു. ബാ ഷാരിയ പ്രസ്ഥാനത്തിൽ 13,14 നൂറ്റാണ്ടുകളിൽ ഉത്തരേന്ത്യയിൽ സ്വാധീനം ചെലുത്തിയ രണ്ടു വിഭാഗ ങ്ങളായിരുന്നു ചിഷ്തി സിൽസിലാസുകളും സുഹ്റവർദി സിൽസിലാ സുകളും. ഇതിൽ വലിയ സ്വാധീനം ചെലുത്തിയവർ ചിഷ്തികളായിരുന്നു. പ്രാദേശിക പരിതസ്ഥിതികളുമായി കൂടുതൽ ഇണങ്ങിച്ചേരാൻ കഴിഞ്ഞത് അവർക്കായിരുന്നു എന്നതാണതിനു കാരണം. ഇന്ത്യൻ ഭക്തി പാരമ്പര്യ ത്തിന്റെ പല സവിശേഷതകളും അവർ ഉൾക്കൊള്ളിക്കുകയും ചെയ്തു.

ഇന്ത്യയിൽ 'ചിഷ്തി ഓർഡർ' സ്ഥാപിച്ചത് ക്വാജാ മുയിനുദ്ദീൻ ചിഷ്തി ആയിരുന്നു. 1235 ലാണ് അദ്ദേഹം മരിച്ചത്. അദ്ദേഹത്തിന്റെ ശിഷ്യ രിൽ പ്രമുഖൻ ഭക്തിയാർ കാക്കി ആയിരുന്നു. ഭക്തിയാരുടെ ശിഷ്യനാ യിരുന്നു പ്രസിദ്ധനായ ഫരീരുദ്ദീൻ ഗഞ്ചിഷക്കാർ. അദ്ദേഹത്തെ ഡൽഹി യിലുള്ളവർ ബഹുമാനിച്ചിരുന്നു. വളരെ വിശാലവും മാനുഷികവുമായി രുന്നു അദ്ദേഹത്തിന്റെ വീക്ഷണം. അദ്ദേഹത്തിന്റെ ചില വചനങ്ങൾ സിഖു കാരുടെ മതഗ്രന്ഥമായ *ആദിഗ്രന്ഥിൽ* ഉൾപ്പെടുത്തിയിരുന്നു. ചിഷ്തി സന്ന്യാസിമാരിൽ അതിപ്രശസ്തരായ രണ്ടു പേരായിരുന്നു നിസാമുദ്ദീൻ ഔലിയയും നസീറുദ്ദീൻ ചിരാഗി ഡൽഹിയും. ഇവർ സമൂഹത്തിലെ താഴ്ന്ന വിഭാഗക്കാരുമായി അടുത്തിടപഴകിയവരായിരുന്നു. ഭക്തിനിർഭ രമായ സംഗീതാലാപനംകൊണ്ടും അവർ ജനശ്രദ്ധ പിടിച്ചുപറ്റി. ലൗകിക അധികാരത്തിൽനിന്ന് ഒരു അകലം പാലിക്കുന്നതുൾപ്പെടെയുള്ള തപോ നിഷ്ഠയായിരുന്നു ചിഷ്തി പാരമ്പര്യത്തിന്റെ ഒരു സവിശേഷത. 'സുഹ്റ വർദി ഓർഡറി'ലെ പ്രശസ്തരായ സന്ന്യാസിമാരായിരുന്നു ഷെയ്ക്ക് ഷിഹാബുദ്ദീൻ സുഹ്റവർദിയും, ഹമീദുദ്ദീൻ നാഗോരിയും. സുഹ്റവർദി സന്ന്യാസിമാർ ദരിദ്ര ജീവിതം നയിക്കുന്നതിൽ വിശ്വസിക്കുന്നില്ല. 'സുഹ്റ വർദികളെയും' 'നഖ് ശബന്ദികളെയും' പോലുള്ള മറ്റു സൂഫികൾ രാഷ്ട്ര വുമായി സഹവർത്തിച്ചിരുന്നു. ഇവർ രാജക്കൊട്ടാരത്തിൽ സ്ഥാനവും വഹിച്ചിരുന്നു. സാധാരണ സന്തുലിത ജീവിതമാണ് ഇവർ നയിച്ചിരുന്നത്.

വ്യത്യസ്ത മതവിഭാഗത്തിൽപ്പെട്ടവർക്ക് ശാന്തവും സമാധാനപരവു മായി ജീവിക്കാൻ കഴിയുന്ന പരിതസ്ഥിതി ഒരുക്കുന്നതിൽ ഈ രണ്ടു വിഭാഗത്തിന്റെയും പ്രവർത്തനം ഏറക്കുറെ സഹായിച്ചിട്ടുണ്ട്. സൂഫികൾ വിശ്വസിക്കുകയും പ്രചരിപ്പിക്കുകയും ചെയ്തിരുന്ന സിദ്ധാന്തങ്ങൾ ഇസ്ലാ മിന്റെ തീവ്രമതമൗലിക വാദത്തിൽനിന്നും വിഭിന്നമായിരുന്നു. ഭാരത ത്തിലെ തത്ത്വജ്ഞാനവും ഇസ്ലാമിന്റെ മതസഹിഷ്ണുതയോടുകൂടിയ

ചിന്താധാരയും സമന്വയിപ്പിച്ച് അവർ പുതിയ മൂല്യങ്ങൾ ഉൾക്കൊള്ളിച്ചു കൊണ്ടുള്ള ഒരു ചിന്താധാരയുടെ വക്താക്കളും പ്രചാരകരുമായിത്തീർന്നു. ആത്മീയത, ദൈവത്തോടുള്ള പ്രണയം, മൗനവ്രതം, ദേശാടനം, കവിത, സംഗീതം, നൃത്തം എന്നിവ ചേരുന്നതാണ് സൂഫികളുടെ ലോകം.

ചിഷ്തി ഖാൻക്വയിലെ ജീവിതം

'ഖാൻക്വ'കൾ സാമൂഹ്യജീവിതത്തിന്റെ കേന്ദ്രങ്ങളായിരുന്നു. അക്കാലത്തെ ഡൽഹി നഗരത്തിന്റെ പ്രാന്തപ്രദേശമായ ഗിയാസ്പൂരിൽ, യമുനാനദിയുടെ തീരത്തുള്ള ഷെയ്ക്ക് നിസാമുദ്ദീന്റെ 'ഖാൻക്വ'യെക്കുറിച്ച് (പതിനാലാം നൂറ്റാണ്ട്) നമുക്കറിയാം. അന്തേവാസികളും സന്ദർശകരും താമസിക്കാനും പ്രാർത്ഥിക്കാനും ഉപയോഗിക്കുന്ന ഒരു വലിയ ഹാളും കൂടാതെ മറ്റു നിരവധി മുറികളുമുള്ള ഒന്നായിരുന്നു അത്. ഷെയ്ക്കിന്റെ കുടുംബാംഗങ്ങളും അനുചരരും ശിഷ്യന്മാരും അടങ്ങുന്നതായിരുന്നു അന്തേവാസികൾ. ഹാളിന്റെ മേൽക്കൂരയിലുള്ള ഒരു ചെറിയ മുറിയിലായിരുന്നു ഷെയ്ക്കിന്റെ താമസം. അവിടെ വച്ചായിരുന്നു സന്ദർശകരെ രാവിലെയും വൈകുന്നേരവും അദ്ദേഹം കാണുകയും ചെയ്തിരുന്നത്. കെട്ടിടത്തിന്റെ മുറ്റത്തിനു ചുറ്റും ഒരു വരാന്തയുണ്ടായിരുന്നു. ചുറ്റുമതിലിനുള്ളിലായിരുന്നു കെട്ടിടം. ഒരു മംഗോളിയൻ ആക്രമണകാലത്ത് സമീപപ്രദേശത്തുനിന്നും നിരവധി ആളുകൾ ഈ 'ഖാൻക്വ'യിൽ അഭയം തേടുകയുണ്ടായി.

എല്ലാവർക്കും ആഹാരം നല്കാൻ പാകത്തിൽ ഫുത്തൂഹ് (ആവശ്യപ്പെടാതെ ലഭിച്ച ധർമ്മം) കൊണ്ട് പ്രവർത്തിക്കുന്ന ഒരു തുറന്ന അടുക്കള (ലങ്കാർ) ഖാൻക്വയിൽ ഉണ്ടായിരുന്നു. പ്രഭാതം മുതൽ അർദ്ധരാത്രി വരെ സമൂഹത്തിലെ എല്ലാ വിഭാഗം ആൾക്കാരും–പട്ടാളക്കാർ, അടിമകൾ, ഗായകർ, വ്യാപാരികൾ, കവികൾ, സഞ്ചാരികൾ, ധനികർ, ദരിദ്രർ, ഹിന്ദു യോഗികൾ, ക്വാലൻഡാർസ്–ഖാൻക്വയിൽ വന്നിരുന്നു. ഇവരിൽ ചിലർ ഷെയ്ക്കിന്റെ ശിഷ്യത്വം സ്വീകരിക്കുന്നതിനും മറ്റു ചിലർ രോഗശാന്തിക്കുള്ള രക്ഷയോ 'ഏലസ്സോ'കിട്ടുന്നതിനും വേണ്ടി വന്നവരായിരുന്നു. കൂടാതെ അമീർ ഹസ്സൻ സിജ്സി, അമീർ ഖുസ്രു എന്നീ കവികളും

സിയാവുദ്ദീൻ ബർണിയെപ്പോലുള്ള ചരിത്രകാരന്മാരും ഷെയ്ക്കിനെ സന്ദർശിച്ചിരുന്നു. ഇവരെല്ലാം ഷെയ്ക്കിനെക്കുറിച്ച് ധാരാളം എഴുതിയിട്ടുള്ളവരാണ്. ഷെയ്ക്കിന് മുന്നിൽ തലവണങ്ങൽ, സന്ദർശകർക്ക് വെള്ളം കൊടുക്കുക, യോഗാഭ്യാസം ചെയ്യുക എന്നിവയെല്ലാം ആചാരാനുഷ്ഠാനങ്ങളിൽ ഉൾപ്പെട്ടിരുന്നു. പ്രാദേശിക പാരമ്പര്യങ്ങളും ഉൾക്കൊള്ളുക എന്നതായിരുന്നു ലക്ഷ്യം.

ഉപഭൂഖണ്ഡത്തിന്റെ പല ഭാഗങ്ങളിലും 'ഖാൻക്വ'യിൽ സ്ഥാപിക്കാൻ തന്റെ ആത്മീയ പിൻഗാമികളായി പലരേയും ഷെയ്ക്ക് നിസാമുദ്ദീൻ നിയമിച്ചിരുന്നു. തൽഫലമായി ഷെയ്ക്കിന്റെ സന്ദേശങ്ങളും ആചാരനിഷ്ഠകളും ചിഷ്തികളുടെ സംഘടനയും, ഷെയ്ക്കിന്റെ പ്രശസ്തിയും ദേശവ്യാപകമായി പ്രചരിച്ചു. പ്രശസ്തി വർദ്ധിക്കുന്നതോടൊപ്പം ഷെയ്ക്കിനടുത്തേക്കു തീർത്ഥാടകരും പ്രവഹിച്ചുതുടങ്ങി.

ചിഷ്തി ഭക്ത്യാരാധന (സിയാറത്ത്)

സൂഫിവര്യന്മാരുടെ ആത്മീയാനുഗ്രഹം ലഭിക്കുന്നതിനായി അവരുടെ ശവകുടീരങ്ങളിലേക്കുള്ള 'സിയാറത്ത്' (തീർത്ഥാടനം) ഇസ്ലാമിക ലോകത്തിൽ സർവ്വസാധാരണമാണ്. ഈ ആചാരം സൂഫിയുടെ അനുഗ്രഹം (ബർക്കത്ത്) തേടാനുള്ള ഒരു അവസരമാണ്. ഏഴു നൂറ്റാണ്ടുകളിൽ അധികമായി വ്യത്യസ്ത സാമൂഹ്യ പശ്ചാത്തലത്തിൽ നിന്നുള്ളവരും, വ്യത്യസ്ത മതക്കാരും, വ്യത്യസ്ത വർഗ്ഗങ്ങളിൽ പെടുന്നവരും പ്രധാനപ്പെട്ട അഞ്ചു സൂഫിവര്യന്മാരുടെ (ഖ്വാജാ മുയിനുദ്ദീൻ ചിഷ്തി, കുത്തബ്ദീൻ ഭക്തിയാർക്കാക്കി, ഷെയ്ക്ക് ഫരീരുദീൻ ഗാഞ്ചിഷക്കാർ, ഷെയ്ക്ക് നിസാമുദ്ദീൻ ഔലിയ, ഷെയ്ക്ക് നസിറുദ്ദീൻ ചിരാഗി ഡൽഹി) ദർഗകൾക്കു മുമ്പിൽ ഭക്തി പ്രകാശിപ്പിച്ചു പോരുന്നുണ്ട്. ഇവരിൽ ഏറ്റവും കൂടുതൽ ആദരിക്കപ്പെടുന്ന ദിവ്യസമാധിസ്ഥാനം 'ഗരീബ് നവാസ്' (ദരിദ്രർക്കാശ്വാസം പകരുന്നവൻ) എന്നറിയപ്പെടുന്ന ഖ്വാജാ മുയിനുദ്ദീൻ ചിഷ്തിയുടെതാണ്.

പതിനാലാം നൂറ്റാണ്ടിലാണ് ഖ്വാജാ മുയിനുദ്ദീൻ ചിഷ്തിയുടെ ദർഗയെപ്പറ്റിയുള്ള പരാമർശം ഗ്രന്ഥങ്ങളിൽ പ്രത്യക്ഷപ്പെടുന്നത്. ആ ദർഗ അത്രമാത്രം ജനസമ്മതിയുള്ളതാവാൻ കാരണം, അത് പ്രതിനിധാനം ചെയ്യുന്ന സൂഫിവര്യൻ (ഖ്വാജാ മുയിനുദ്ദീൻ ചിഷ്തി) അത്രമാത്രം ദൈവഭക്തനും സുഖഭോഗ വിരക്തിയുള്ള ആളും ആയിരുന്നതിനാലാണ്. രാജകീയ സന്ദർശകരുടെ രക്ഷാകർതൃത്വവും അതിന്റെ ജനസമ്മതി വർദ്ധിക്കാൻ സഹായകമായിട്ടുണ്ട്. ഇവിടം സന്ദർശിച്ച ആദ്യ ഡൽഹി സുൽത്താൻ മുഹമ്മദ് ബിൻ തുഗ്ലക് (ഭരണകാലം 1324–1351) ആയിരുന്നു. ഈ ശവകുടീരത്തിന്റെ നിർമ്മാണച്ചെലവ് വഹിച്ചത് സുൽത്താൻ ഗിയാസുദ്ദീൻ ഖൽജിയായിരുന്നു. ഈ സമാധിസ്ഥലം സ്ഥിതിചെയ്യുന്നത് ഡൽഹിക്കും ഗുജറാത്തിനും ഇടയ്ക്കുള്ള വ്യാപാരപാതയിലാകയാൽ നിരവധി യാത്രക്കാരെ അത് ആകർഷിച്ചു.

ദിക്ക്ർ (Zikr),സാമ (Sama)

ആത്മാവിനെ ഉണർത്തുന്ന ആലാപന മന്ത്രങ്ങളുൾപ്പെട്ട സംഗീതവും നൃത്തവുമെല്ലാം സൂഫി ആരാധനാലയത്തിലേക്കുള്ള സിയാറത്തിന്റെ ഭാഗമാണ്. ആത്മനിർവൃതി ഉണർത്തുവാൻ കഴിവുള്ള പ്രത്യേക പരിശീലനം നേടിയ സംഗീതജ്ഞർ അഥവാ ഖവാലുകളാണ് ഇവ നിർവ്വഹിച്ചിരുന്നത്. ദിക്ക്ർ (ദൈവനാമം) ഉരുവിടുന്നതിലൂടെയോ, സാമ (മൊമ ശ്രവണം) യിലൂടെ ദൈവസാന്നിദ്ധ്യം സ്മരണയിലെത്തിച്ചുകൊണ്ടോ, മിസ്റ്റിക്കൽ സംഗീതം ആലപിച്ചുകൊണ്ടോ ആണ് സൂഫികൾ ദൈവത്തെ സ്മരിക്കുന്നത്.

ദിക്ക്ർ എന്നാൽ ഓർമ്മപ്പെടുത്തൽ അല്ലെങ്കിൽ സ്മരിക്കൽ എന്നും, സാമ ശ്രവിക്കൽ അല്ലെങ്കിൽ കേൾക്കൽ എന്നും അർത്ഥമാക്കുന്നു. അല്ലാഹുവിന്റെയോ, പ്രവാചകനായ മുഹമ്മദ് നബിയുടെയോ നാമങ്ങൾ അല്ലെങ്കിൽ *ഖുർആനി*ലെ പ്രാർത്ഥനയോ ഒരു നിശ്ചിത ആവൃത്തി തസ്ബീഹ് (ജപമാല) ഉപയോഗിച്ച് ഒറ്റയ്ക്കോ കൂട്ടമായോ ചൊല്ലുന്നതിനെയാണ് ദിക്ക്ർ എന്നുപറയുന്നത്. ജപമാല പ്രാർത്ഥനകൾ മറ്റു മതങ്ങളിലും പതിവാണ്.

'സാമ'ചിഷ്തികളെ സംബന്ധിച്ചിടത്തോളം പൂർണ്ണതയുടെ ഒരു ഘടകമായിരുന്നു. അമീർ ഖുസ്രു 'സാമ'യ്ക്ക് ഒരു സവിശേഷ രൂപംനല്കി. ഖവാലി തുടങ്ങുന്നതിനും അവസാനിക്കുന്നതിനും മുമ്പ് ഒരു പ്രാർത്ഥനാഗീതം പാടി ദൈവത്തെ സ്തുതിക്കുക എന്നതായിരുന്നു അത്. ഖവാലി ഒരു രചനാരീതിയെന്നതിൽ കൂടുതൽ ഒരു ആലാപനാസമ്പ്രദായമായാണ് അറിയപ്പെടുന്നത്. ഖവാലി ആലാപനത്തിന് ഹാർമ്മോണിയം, ധോലക്, തബല, ഖഞ്ജരി, ബുൾബുൾ തരംഗ് എന്നിവ പക്കമേളവാദ്യങ്ങളായി ഉപയോഗിക്കാറുണ്ട്. ഉസ്താദ് നുസ്രത്ത്, ഫാതേഹ് അലിഖാൻ തുടങ്ങി

യവരുടെ പൗരാണികരീതിയിലുള്ള സൂഫി ഖവാലിയാലാപനം കേൾക്കുന്നൊരാൾ സ്ഥലകാലങ്ങൾ മറന്നു നിന്നുപോയാൽ അതിൽ അത്ഭുതപ്പെടാനില്ല. ഇന്നും ഉപഭൂഖണ്ഡത്തിലാകമാനമുള്ള സൂഫി ആരാധനാലയങ്ങളിൽ ഖവാലി അരങ്ങേറുന്നുണ്ട്.

ഭാഷയും ആശയവിനിമയവും

'സാമ'യിൽ മാത്രമല്ല ചിഷ്തികൾ പ്രാദേശിക ഭാഷ ഉപയോഗിച്ചത്. ഡൽഹിയിൽ ചിഷ്തി സിൽസിലുമായി ബന്ധപ്പെട്ടു പ്രവർത്തിച്ചവർ 'ഹിന്ദാവി' ഭാഷയാണ് സംസാരിച്ചത്. അന്ന് അവിടത്തെ ദേശവാസികൾ സംസാരിച്ചിരുന്ന ഭാഷയായിരുന്നു അത്. ബാബാ ഫരീദിനെ പോലുള്ള കവികളും കവിതയെഴുതിയത് പ്രാദേശികഭാഷയിലായിരുന്നു. ഈ കവിതകളിൽ ചിലത് സിഖ് മതഗ്രന്ഥമായ *ഗുരു ഗ്രന്ഥ സാഹിബി*ൽ ചേർത്തിട്ടുള്ളതായി കാണാം.

മനുഷ്യസ്നേഹത്തെ വിഷയമാക്കി 'മസ്നാവിസ്' (Masnavis, നീണ്ട കവിതകൾ) രചിച്ചവരുമുണ്ട്. മാലിക്ക് മുഹമ്മദ് ജയാസിയുടെ *പ്രേം ആഖ്യാൻ പത്മാവത്* അത്തരത്തിലുള്ള ഒന്നാണ്. ചിത്തോറിലെ രാജാവായിരുന്ന രത്തൻസെന്നും (Ratansen) പത്മിനിയും തമ്മിലുള്ള പ്രണയമാണ് *പ്രേം ആഖ്യാന്റെ* ഉള്ളടക്കം. അവരുടെ പരീക്ഷണങ്ങൾ ദൈവീകതയിലേക്കുള്ള ആത്മാവിന്റെ യാത്രയുടെ പ്രതീകമായിരുന്നു. ഇത്തരം കവിതകൾ 'സാമ'യുടെ സമയത്ത് ആലപിച്ചിരുന്നു.

മദ്ധ്യകാല ഇന്ത്യയിൽ ഡക്കാനിലെ മുസ്ലിം രാജവംശങ്ങളായ ബീജാപ്പൂർ, ബീറാർ, ബീഡാർ, അഹമ്മദ്നഗർ, ഗോൽക്കണ്ട എന്നീ സുൽത്താനേറ്റുകളുടെ കാലത്ത് 'ദാഖനി' (Dakhani) ഭാഷ സ്വതന്ത്ര സംസാരസാഹിത്യ ഭാഷയായി വളർന്നു വികസിച്ചു. 'ദാഖനി' (Dakhani, ഉറുദുവിന്റെ ഒരു വകഭേദമാണ്.) ഭാഷയിൽ രചിക്കപ്പെട്ട ഹ്രസ്വകവിതകളാണ് മറ്റൊരു ഗണത്തിൽ പെട്ട സൂഫി കവിതകൾ. പതിനേഴ്, പതിനെട്ട് നൂറ്റാണ്ടുകളിൽ ജീവിച്ചിരുന്ന ചിഷ്തി സൂഫികൾക്ക് സമർപ്പിക്കുന്നവയായിരുന്നു ഈ കവിതകൾ. ധാന്യം പൊടിക്കുമ്പോഴും, നൂൽ നൂൽക്കുമ്പോഴും സ്ത്രീകൾ സംഘം ചേർന്ന് പാടുന്നവയായിരുന്നു ഈ കവിതകൾ എന്നു കരുതപ്പെടുന്നു.

ഭക്തിനിർഭരമായ ലൂറിനാമകളും (Lullabies) ഷാദിനാമകളും (Wedding Songs) സൂഫി സംഗീതത്തിന്റെ വകഭേദങ്ങളാണ്. ഈ ഭാഗങ്ങളിലെ സൂഫികൾ കർണ്ണാടകത്തിലേയും, മറാത്തിലേയും ഭക്തി പാരമ്പര്യങ്ങളിൽനിന്ന് പ്രചോദനം ഉൾക്കൊണ്ടവരാവാം. ഡക്കാനിലെ ഗ്രാമങ്ങളിൽ ഇസ്ലാം സ്ഥാനമുറപ്പിച്ചത് ഈ മാധ്യമം വഴിയാകാം എന്നു കരുതപ്പെടുന്നു.

സൂഫികളും രാഷ്ട്രവും

ലൗകിക അധികാരത്തിൽനിന്ന് ഒരു അകലം പാലിക്കുന്നത് ഉൾപ്പെടെയുള്ള തപോനിഷ്ഠ ആയിരുന്നു ചിഷ്തി പാരമ്പര്യത്തിന്റെ ഒരു പ്രധാന സവിശേഷത. എന്നിരുന്നാലും ഇത് രാഷ്ട്രീയാധികാരത്തിൽ നിന്ന് പരിപൂർണ്ണമായ ഒറ്റപ്പെടലിന്റെ ഒരു സ്ഥിതിവിശേഷവുമായിരുന്നില്ല. രാഷ്ട്രീയ വരേണ്യവർഗ്ഗങ്ങളിൽനിന്നും ചോദിച്ചു വാങ്ങാത്ത സഹായ ധനവും, സംഭാവനകളും സൂഫികൾ സ്വീകരിച്ചു. സുൽത്താന്മാരാകട്ടെ, ഖാൻഖാകൾക്ക് സ്ഥിരം സംഭാവന രൂപത്തിൽ ധർമ്മസ്ഥാപനങ്ങൾ (വഖഫുകൾ) രൂപീകരിക്കുകയും നികുതിരഹിത ഭൂമി (ഇനാം) നല്കുകയും ചെയ്തു.

മുസ്ലിം ഭരണാധികാരികളോ, സമൂഹത്തിൽ നിന്നുള്ളവരോ പൊതു ഉപയോഗത്തിനായി സംഭാവന ചെയ്തതോ, നിർമ്മിച്ചതോ ആയ സ്വത്തുക്കളുടെ നടത്തിപ്പ്, പരിപാലനം, സംരക്ഷണം, വിനിയോഗം എന്നിവയുടെ ഉത്തരവാദിത്വമുള്ള നിയമ സ്ഥാപനമാണ് വഖഫ്. മുസ്ലിം രാജാക്കന്മാർ അന്യമതസ്ഥർക്കും ഭൂമി ദാനമായി നല്കിയിരുന്നു. മാത്രമല്ല ഹിന്ദു, ജൈന, ബുദ്ധ, സിഖ്, സൊറാസ്ട്രീയൻ, ജൂത, ക്രിസ്ത്യൻ മതസ്ഥാപനങ്ങൾക്ക് പലപ്പോഴും നികുതിയിളവുകളും, ധനസഹായങ്ങളും അനുവദിച്ചിരുന്നു. ഇത്തരത്തിൽ അന്യമതസ്ഥരോട് സഹാനുഭൂതിയും, സൗഹാർദ്ദവും പുലർത്തിയ ചക്രവർത്തിമാരിൽ, മതകാര്യങ്ങളിൽ കാർക്കശ്യം പിടിക്കാത്ത അക്ബർ മാത്രമല്ല, മതവിശ്വാസത്തിന്റെ കാര്യത്തിൽ കാർക്കശ്യം പുലർത്തിയ ഔറംഗസീബും പെടും.

സൗഹാർദ്ദപരമായ ഈ നയത്തിന്റെ വ്യക്തമായ തെളിവുകൾ താഴെ പറയുന്നു.

സ്രോതസ്സ് 01

ഖംബാട്ടിലെ ഒരു ക്രിസ്ത്യൻ പള്ളി (A church in Khambat)

1598 ൽ അക്ബർ പുറപ്പെടുവിച്ച ഫർമാ (രാജകീയ ഉത്തരവ്) യിൽ നിന്നുള്ള ഒരു ഉദ്ധരണിയാണ്.

> ഹോളി സൊസൈറ്റി ഓഫ് ജീസസ്സിന്റെ പാതിരികൾ കംബയത്ത് (ഗുജറാത്തിലെ ഖംബാട്ട്) നഗരത്തിൽ ഒരു പ്രാർത്ഥനാലയം (ക്രിസ്ത്യൻ പള്ളി) നിർമ്മിക്കുവാൻ ആഗ്രഹിക്കുന്നതായി നമ്മുടെ ഉൽകൃഷ്ടവും വിശുദ്ധവുമായ ശ്രദ്ധയിൽ വന്നിരിക്കുന്നു. അതിനാൽ കംബയത്ത് നഗരത്തിലെ ഉന്നതസ്ഥാനീയർ ഒരു കാരണവശാലും അവരുടെ മാർഗ്ഗത്തെ തടയരുതെന്നും അവരുടേതായ ആരാധനയിൽ ഏർപ്പെടുന്നതിനായി ഒരു ക്രിസ്ത്യൻ പള്ളി നിർമ്മിക്കാൻ അനുവദിക്കണമെന്നുള്ള ഒരു ശ്രേഷ്ഠമായ ഉത്തരവ് പുറപ്പെടുവിക്കുന്നു.... ചക്രവർത്തിയുടെ കല്പന എല്ലാവിധത്തിലും അനുസരിക്കേണ്ടത് അനിവാര്യമാണ്.

സ്രോതസ്സ് 02

ജോഗിയോടുള്ള ആദരവ് (Reverence for the Jogi)

1661–62 ൽ ഔറംഗസീബ് ഒരു ജോഗിന് എഴുതിയ കത്തിന്റെ ഉദ്ധരണിയാണിത്.

> ശിവ മുറാത്ത എന്ന ഉദാത്ത കേന്ദ്രത്തിന്റെ ഉടമസ്ഥനായ ഗുരു ആനന്ദ് നാഥ് ജിയോ! അങ്ങ് ശ്രീ ശിവ് ജിയോയുടെ സംരക്ഷണത്തിൽ എന്നും സന്തോഷത്തിൽ ഇരിക്കുക! പുതയ്ക്കുന്നതിനുള്ള ഒരു തുണ്ട് തുണിയും വഴിപാടായി അയയ്ക്കുന്ന ഇരുപത്തിയഞ്ചു രൂപയും (അങ്ങയുടെ തിരുസന്നിധിയിൽ) എത്തും.... അങ്ങേയ്ക്കു വേണ്ടി എന്തെങ്കിലും സേവനം ചെയ്യാൻ ഞങ്ങൾക്ക് സാധിക്കുന്ന അവസരത്തിലൊക്കെ അങ്ങ് ഞങ്ങൾക്ക് എഴുതണമേ......

ചിഷ്തികൾ ദാനം പണമായും വസ്തുക്കളായും സ്വീകരിച്ചിരുന്നു. പക്ഷേ, അവർ പണം കുന്നുകൂട്ടി വച്ചില്ല. മറിച്ച് പൊതുവായ ആവശ്യങ്ങൾക്കായി–ആഹാരം, വസ്ത്രം, താമസസ്ഥലങ്ങൾ, 'സാമ' പോലുള്ള ആചാരപരമായ മേളകൾ–ആ പണം ചെലവാക്കി. ഇത് ഷെയ്ക്കുകളുടെ ധാർമ്മികാധികാരം വർദ്ധിപ്പിച്ചു. അവർ നാനാതുറകളിലുള്ള ജനങ്ങളെ ആകർഷിച്ചു. ഷെയ്ക്കുമാരുടെ ഭക്തിയും പാണ്ഡിത്യവും അവർക്ക് അത്ഭുതസിദ്ധികളുണ്ടെന്ന ജനങ്ങളുടെ വിശ്വാസവും അവർക്ക് ജനപ്രീതി നേടിക്കൊടുത്തു. അവരുടെ സഹായം രാജാക്കന്മാർ ആഗ്രഹിച്ചതിൽ അത്ഭുതപ്പെടാനില്ല.

ഒരു രാജകീയ പാരിതോഷികം നിരസിക്കൽ

1313 ലെ ഷെയ്ഖ് നിസാമുദ്ദീൻ ഔലിയായുടെ ഖാൻക്വായിലെ നടപടിക്രമങ്ങളെക്കുറിച്ചു വിവരിക്കുന്ന ഒരു സൂഫി ഗ്രന്ഥത്തിൽ നിന്നുള്ള ഉദ്ധരണിയാണിത്.

> എനിക്ക് (അമീർ ഹസ്സൻ സിജ്സി) അദ്ദേഹത്തിന്റെ (ഷെയ്ക്ക് നിസാമുദ്ദീൻ ഔലിയ) പാദങ്ങളിൽ ചുംബിക്കാൻ ഒരവസരം ലഭിച്ചു. ആ സമയത്ത് ഒരു പ്രാദേശിക ഭരണാധികാരി, രണ്ടു പൂന്തോട്ടങ്ങളുടേയും ധാരാളം ഭൂമിയുടേയും ഉടമസ്ഥാവകാശം നല്കിക്കൊണ്ടുള്ള പ്രമാണപത്രവുമായി ഒരാളെ ഷെയ്ക്കിനടുത്തേക്കയച്ചു. ഈ പൂന്തോട്ടങ്ങളുടേയും ഭൂമിയുടേയും മേലുള്ള അവകാശങ്ങളെല്ലാം താൻ ഒഴിഞ്ഞതായും ആ ഭരണാധികാരി പറഞ്ഞയച്ചിരുന്നു. ഈ പാരിതോഷികം ഗുരു സ്വീകരിച്ചില്ല. പകരം അദ്ദേഹം പറഞ്ഞു ഈ പൂന്തോട്ടങ്ങൾ കൊണ്ടും ഭൂമി കൊണ്ടും ഞാനെന്തു ചെയ്യാനാണ്?. അത്തരം പ്രവർത്തനങ്ങളിലൊന്നും നമ്മുടെ ആത്മീയാചാര്യന്മാർ ഇതുവരെ ഇടപഴകിയിട്ടില്ല!

എന്നിട്ട് അദ്ദേഹം ഒരു കഥ പറഞ്ഞു:

> ഒരിക്കൽ സുൽത്താൻ ഗിയാസുദ്ദീൻ ബാൽബൻ ഷെയ്ക്ക് ഫരീദുദ്ദീനെ സന്ദർശിച്ചു. നാലു ഗ്രാമങ്ങളുടെ ഉടമസ്ഥാവകാശവും കുറെ പണവും അദ്ദേഹം ഷെയ്ക്കിനു നല്കാൻ സന്നദ്ധനായി. പണം സൂഫികളുടെ ആവശ്യത്തിനുപയോഗിക്കാനാണെന്നും ഭൂമി ഷെയ്ക്കിനു സ്വന്തമാണെന്നും സുൽത്താൻ അറിയിച്ചു. ചിരിച്ചുകൊണ്ടു ഷെയ്ക്ക് ഫരീദുദ്ദീൻ പറഞ്ഞു പണം സൂഫികൾക്കുവേണ്ടി ഞാൻ സ്വീകരിക്കാം ഭൂമി താങ്കളുടെ കൈയിൽത്തന്നെ ഇരിക്കട്ടെ. അതാഗ്രഹിക്കുന്ന പലരുമുണ്ട്. അവർക്ക് ആർക്കെങ്കിലും നല്കുക.

തുർക്കികൾ ഡൽഹി സുൽത്താനേറ്റ് സ്ഥാപിച്ചപ്പോൾ 'ഷരിയ' രാഷ്ട്രനിയമമാക്കണമെന്നുള്ള 'ഉലമ'മാരുടെ നിർദ്ദേശത്തെ അനുകൂലിച്ചില്ല. കാരണം അവർ ആധിപത്യം നേടിയ നാട്ടിൽ ഭൂരിഭാഗവും മുസ്ലീങ്ങളായിരുന്നില്ല. സ്വാഭാവികമായും അവരിൽ നിന്ന് എതിർപ്പുണ്ടാവുമെന്ന് സുൽത്താന്മാർ കരുതി. ഒരു രക്ഷാമാർഗ്ഗമായി അവർ കണ്ടത് സൂഫികളെയാണ്. സൂഫികൾ ഷരിയാ നിയമങ്ങളെ ഇന്ത്യൻ സന്ദർഭങ്ങൾക്ക് അനുയോജ്യമായ രീതിയിൽ വ്യാഖ്യാനിച്ചു. അതുകൊണ്ടുതന്നെ ഷരിഅത്തിനെ വ്യാഖ്യാനിക്കുന്നതിന് മറ്റു നിയമജ്ഞരെ ആശ്രയിച്ചില്ല. രാജാക്കന്മാർക്ക് സൂഫികളുമായുള്ള തങ്ങളുടെ അടുപ്പത്തെ വെളിവാക്കുക മാത്രമായിരുന്നില്ല ആവശ്യം. അവർക്ക് അതിനു നിയമസാധുതയും വേണമായിരുന്നു. ഒരു ഉദാഹരണം പറയാം.

സാധാരണ ജനങ്ങളുടെ ഭൗതികവും ആത്മീയവുമായ വികാസത്തിന് ദൈവവുമായി മാദ്ധ്യസ്ഥം വഹിക്കുവാൻ 'ഔലിയ'മാർക്ക് കഴിയും എന്ന് ദൃഢമായി ജനങ്ങൾ വിശ്വസിച്ചുവന്നിരുന്നു. പലപ്പോഴും രാജാക്കന്മാർ അവരുടെ ശവകുടീരം സൂഫിവര്യന്മാരുടെ സമാധിസ്ഥാനത്തിനു സമീപത്തായിരിക്കണം എന്ന് ആഗ്രഹിച്ചതിന്റെ കാരണം ഇതു വ്യക്തമാക്കുന്നു.

എന്നിരുന്നാലും സുൽത്താനും സൂഫിമാരും തമ്മിൽ സംഘർഷമുണ്ടായതിന്റെ ചരിത്രവുമുണ്ട്. തല കുനിക്കുക, പാദത്തിൽ നമസ്കരിക്കുക, കൈയിൽ ചുംബിക്കുക തുടങ്ങിയ ആചാരങ്ങൾ ജനങ്ങൾ അനുവർത്തിക്കണമെന്ന് ഇരുകൂട്ടരും ആഗ്രഹിച്ചിരുന്നു. ചിലപ്പോൾ സൂഫി ഷെയ്ക്കുമാരെ സ്ഥാനപ്പേരുകൾ ചേർത്താണ് അഭിസംബോധന ചെയ്തത്. നിസാമുദ്ദീൻ ഔലിയയുടെ ശിഷ്യർ അദ്ദേഹത്തെ അഭിസംബോധന ചെയ്തത്, 'സുൽത്താൻ-ഉൾ-മഷെയ്ക്ക്'എന്നായിരുന്നു. 'ഷെയ്ക്കുകളിൽ സുൽത്താൻ'എന്നാണ് ഇതിനർത്ഥം.

അക്ബർ ചക്രവർത്തിയുടെ സിയാറത്ത്

പതിനാറാം നൂറ്റാണ്ടോടുകൂടി ഖ്വാജാ മുയിനുദ്ദീൻ ചിഷ്തിയുടെ ദർഗ (അജ്മീർ) വളരെയധികം പ്രസിദ്ധമായിത്തീർന്നു. അജ്മീറിലേക്ക് പോകുന്ന തീർത്ഥാടകരുടെ ആവേശത്തോടെയുള്ള ഗാനാലാപനമാണ് യഥാർത്ഥത്തിൽ ശവകുടീരം സന്ദർശിക്കാൻ അക്ബറിന് പ്രചോദനമായത്. അദ്ദേഹം പതിനാലു തവണ അവിടം സന്ദർശിച്ചു. ചിലപ്പോൾ പുതിയ ആക്രമണങ്ങൾക്ക് അനുഗ്രഹങ്ങൾ തേടുന്നതിനായും നേർച്ചകൾ നിറവേറ്റുന്നതിനായും മക്കളുടെ ജന്മദിനത്തോടനുബന്ധിച്ചുമൊക്കെ ആയിരുന്നു അവിടം സന്ദർശിച്ചത്. ഈ ഓരോ സന്ദർശനവും ഉദാരമായ സംഭാവനകൊണ്ട് ആഘോഷമാക്കുകയും അവയെല്ലാം സാമ്രാജ്യഭരണ പ്രമാണങ്ങളിൽ രേഖപ്പെടുത്തുകയും ചെയ്തിട്ടുണ്ട്. ഉദാഹരണത്തിന്, 1588 ൽ തീർത്ഥാടകർക്ക് ഭക്ഷണം പാകം ചെയ്യാനുള്ള ഒരു കൂറ്റൻ കുട്ടകം (Cauldron, വലിയ ചെമ്പു പാത്രം) അദ്ദേഹം നല്കി. ദർഗയുടെ വളപ്പിനുള്ളിൽ ഒരു പള്ളിയും അദ്ദേഹം പണികഴിപ്പിച്ചു. അക്ബർ പണികഴിപ്പിച്ച ഫത്തേപൂർസിക്രി എന്ന ഒരു പുതിയ തലസ്ഥാനം അജ്മീറിലേക്കുള്ള പാതയുടെ വക്കത്തോണ് സ്ഥിതിചെയ്യുന്നത്. സിക്രിയിലെ പ്രസിദ്ധമായ 'വെള്ളിയാഴ്ചപ്പള്ളി' (Friday Mosque) ക്കു സമീപം ഷെയ്ക്ക് സലീം ചിഷ്തിയുടെ തൂവെള്ള മാർബിളിലുള്ള ശവകുടീരം അക്ബർ പണികഴിപ്പിച്ചതാണ്.

ജഹനാരയുടെ സിയാറത്ത്

മുഗൾ ചക്രവർത്തി ഷാജഹാന്റെയും മുംതാസിന്റെയും മൂത്ത പുത്രിയായ ജഹനാര ബീഗം സാഹിബ 1643 ലാണ് പിതാവിനോടൊപ്പം അജ്മീറിലേക്ക് തീർത്ഥയാത്ര നടത്തിയത്. 'മുനീസ് അൽ അർവ' ('Mu'nis alarvah', 'The confident of spirits' ആത്മാക്കളുടെ വിശ്വസ്തൻ) എന്ന ശീർഷകത്തിൽ ജഹനാര രചിച്ച ഖാജാ മുയിനുദ്ദീൻ ചിഷ്തിയുടെ ജീവ ചരിത്രത്തിൽ നിന്നുള്ള ഉദ്ധരണിയാണ് താഴെ നല്കിയിരിക്കുന്നത്.

> സർവ്വേശ്വരനായ ആ ഒറ്റ ദൈവത്തെ പ്രാർത്ഥിച്ചുകൊണ്ട് ഈ പാവം ഫക്കീറ ജഹനാര... തലസ്ഥാനമായ ആഗ്രയിൽനിന്നും എന്റെ മഹാനായ പിതാവിന്റെ (ഷാജഹാൻ ചക്രവർത്തി) കൂടെ പവിത്രമായ അജ്മീർ ദർഗയിലേക്ക് പുറപ്പെട്ടു....
>
> എല്ലാ ദിവസവും എല്ലാ കേന്ദ്രങ്ങളിലും, രണ്ടാവർത്തി പ്രാർത്ഥന നടത്തുമെന്നു ഞാൻ നിശ്ചയിച്ചുറപ്പിച്ചിരുന്നു.
>
> അനേകം ദിവസങ്ങളോളം ഞാൻ പുലിത്തോലിൽ ഉറങ്ങിയില്ല, ആരാദ്ധ്യനായ സംരക്ഷകന്റെ അനുഗ്രഹീതമായ പവിത്ര സ്ഥാന ത്തിന്റെ ദിശയിലേക്ക് ഒരിക്കലും ഞാൻ കാൽ നീട്ടിവച്ചില്ല. അതിനു നേരെ ഒരിക്കലും ഞാൻ പുറംതിരിഞ്ഞു നിന്നിരുന്നില്ല. വൃക്ഷച്ചു വട്ടിൽ ഞാൻ ദിവസങ്ങൾ കഴിച്ചുകൂട്ടി.
>
> പുണ്യമാസമായ റംസാന്റെ നാലാം ദിനത്തിൽ ഒരു വ്യാഴാഴ്ച. ദീപാലംകൃതവും, സുഗന്ധപൂരിതവുമായ ആ പവിത്ര സമാധി സ്ഥാനം ഞാൻ കണ്ടാസ്വദിച്ചു. അസ്തമയത്തിന് ഒരു മണിക്കൂർ മുമ്പ് ഞാൻ ആ പവിത്ര സ്ഥാനത്തേക്കു ചെന്നു. എന്റെ വിളറിയ മുഖം ഞാൻ പ്രവേശന കവാടത്തിലെ പവിത്രമായ മണ്ണിലുരസി. അവിടെ നിന്നും ഞാൻ നഗ്നപാദയായി ആ ശവകുടീരത്തിനടു ത്തേക്കു നീങ്ങി. ഞാൻ ഏഴു തവണ ആ സമാധിസ്ഥാനത്തെ പ്രദക്ഷിണം വച്ചു. അവസാനം എന്റെ സ്വന്തം കൈകൊണ്ട്, ഏറ്റവും മികച്ച അത്തർ, ആ പുണ്യാത്മാവിന്റെ സുഗന്ധപൂരിത മായ കുടീരത്തിൽ ഞാൻ വച്ചു. എന്റെ തലയിലുണ്ടായിരുന്ന റോസ് നിറത്തിലുള്ള ഷാൾ ഞാൻ കുടീരത്തിൽ ചാർത്തി.

അക്ബർ ചക്രവർത്തിയുടെ മതവീക്ഷണങ്ങൾ

ഡൽഹി സുൽത്താനേറ്റിന്റെ കാലം മുതൽ ഹിന്ദുക്കളും മുസ്ലിങ്ങളും തമ്മിൽ പരസ്പര ധാരണയും സൗഹാർദ്ദവും വളർത്താനുള്ള ശ്രമങ്ങൾ ആരംഭിച്ചുകഴിഞ്ഞിരുന്നു. നിരവധി സംസ്കൃതഗ്രന്ഥങ്ങൾ പേർഷ്യൻ ഭാഷയിലേക്ക് തർജ്ജമ ചെയ്യപ്പെടുകയും ചെയ്തു. മദ്ധ്യകാലഘട്ടത്തിൽ ഹിന്ദുസ്ഥാനിൽ വളർന്നു വികസിച്ച വിവിധ സംഗീത ശാഖകൾ, ഈ രണ്ടു മതങ്ങളുടേയും അടിസ്ഥാനപരമായ ഐക്യത്തെക്കുറിച്ചും ആചാരങ്ങൾക്കും അനുഷ്ഠാനങ്ങൾക്കുമുപരി സ്നേഹത്തിനും ഭക്തിക്കുമുള്ള പ്രാധാന്യത്തെക്കുറിച്ചും ജനങ്ങളെ ബോദ്ധ്യപ്പെടുത്തിയ കബീർദാസിനെ പോലുള്ള ഭക്തിപ്രസ്ഥാനക്കാരുടെ പ്രചരണം എന്നിവയുടെയെല്ലാം ഫലമായി പരസ്പരധാരണയുടെയും വിശാലവീക്ഷണത്തിന്റെയും മതസഹിഷ്ണുതയുടേതുമായ ഒരു അന്തരീക്ഷം സംജാതമായി.

സൂഫി ഭക്തനായ അക്ബറുടെ മതവീക്ഷണത്തെ വിശാലവും ഉദാരവുമായി മാറാൻ സഹായിച്ച പല സ്വാധീനങ്ങളും കാണാൻ കഴിയും. ഒരു പേർഷ്യൻ പണ്ഡിതന്റെ പുത്രിയായിരുന്ന അദ്ദേഹത്തിന്റെ അമ്മ കുട്ടിക്കാലത്തുതന്നെ അദ്ദേഹത്തിന്റെ മനസ്സിൽ മതസഹിഷ്ണുതയുടെ വിത്തുപാകിയിരുന്നു. ചിഷ്തി സൂഫി ചിന്തകരുമായുള്ള സമ്പർക്കവും അടുത്ത സുഹൃത്തുക്കളും സുഹ്റവർദ്ദി സൂഫികളുമായ അബുൾ ഫാസൽ, അബുൾ ഫൈസി എന്നീ സഹോദരന്മാരുടെ സ്വാധീനവും അദ്ദേഹത്തിന്റെ മതവീക്ഷണത്തെ ഗണ്യമായി സ്വാധീനിച്ചു. ഇതിനെല്ലാം പുറമെ ഹിന്ദു ഭാര്യമാരും, മക്കളും, ബീർബൽ മുതലായ ഉദ്യോഗസ്ഥരുടേയും സ്വാധീനവും മതപരമായി വിശാലവും ഉദാരവുമായ മനോഭാവം വളർത്തിയെടുക്കുന്നതിനു സഹായിച്ചു. അക്ബറുടെ ഉദാരമായ മതനയം മുഗൾ സാമ്രാജ്യത്തിന്റെ സ്വഭാവത്തിൽത്തന്നെ മാറ്റം വരുത്തി. ഉദാഹര

ണത്തിന് രാജാവ് പ്രജകൾക്ക് ദർശനമരുളുന്ന (ജരോക ദർശൻ) പതിവ്, തുലാഭാരം തുടങ്ങി പല ആചാരങ്ങളും മുഗൾ കൊട്ടാരത്തിൽ അംഗീകാരം നേടി.

ജരോക ദർശൻ

അതിരാവിലെ പ്രാർത്ഥനയോടെയാണ് രാജാവിന്റെ ദിവസം ആരംഭിക്കുന്നത്. അതിനുശേഷം കിഴക്കോട്ട് ദർശനമുള്ള ചെറിയ മട്ടുപ്പാവിൽ അഥവാ ജരോകയിൽ അദ്ദേഹം പ്രത്യക്ഷപ്പെട്ടിരുന്നു. പുറത്ത് സൈനീകർ, വ്യാപാരികൾ, കരകൗശല വിദഗ്ദ്ധർ, കർഷകർ, രോഗബാധിതരായ കുട്ടികളോടൊപ്പമുള്ള അമ്മമാർ തുടങ്ങിയവർ രാജാവിനെ കാണുന്നതിനുവേണ്ടി കാത്തു നില്ക്കുന്നുണ്ടാവും. സാധാരണ ജനങ്ങൾക്ക് രാജാവിനെ കാണാനും സഹായങ്ങൾ ലഭിക്കുന്നതിനുമുള്ള അവസരമാണിത്. ജനവിശ്വാസം ആർജ്ജിച്ചുകൊണ്ട് രാജകീയാധികാരത്തിന്റെ സ്വീകാര്യത വർദ്ധിപ്പിക്കുക എന്ന ലക്ഷ്യത്തോടെ അക്ബറായിരുന്നു ജരോക ദർശന (Jharoka darshan) ത്തിനു തുടക്കംകുറിച്ചത്. ജരോകയിൽ ഒരു മണിക്കൂർ ചെലവഴിച്ചതിനുശേഷം തന്റെ ഭരണകൂടത്തിന്റെ പ്രാഥമിക പ്രവർത്തനങ്ങൾ നിർവ്വഹിക്കാൻ പൊതുസദസ്സി (Diwan-i-Am) ലേക്ക് പോകുന്നു.

തുലാഭാരം

നമ്മുടെ മതത്തിന്റെ ആചാരങ്ങളായി കരുതുന്ന പല ചടങ്ങുകളും മറ്റു സംസ്കൃതികളിലും കാണാൻ കഴിയുന്നുണ്ട്. ഹൈന്ദവ ക്ഷേത്രങ്ങളിൽ നടത്തിവരാറുള്ള ഒരു ചടങ്ങ് അല്ലെങ്കിൽ വഴിപാട് ആണ് തുലാഭാരം. ഒരാളുടെ തൂക്കത്തിന് തുല്യമായി ഏതെങ്കിലും ദ്രവ്യം ക്ഷേത്രത്തിനു സമർപ്പിക്കുന്നതിനെയാണ് തുലാഭാരമെന്ന് പറയുന്നത്. ക്രിസ്തുമതത്തിൽ ചില വിശ്വാസികൾ പള്ളികളിൽ തുലാഭാരം നടത്താറുണ്ട്. ഇന്ന് കാണുന്ന ജൂത, ക്രിസ്ത്യൻ, മുസ്ലിം, ഹിന്ദു, ജൈന, ബുദ്ധ, സൊറാസ്ട്രിയൻ, ബഹായി, ഷാമൻ തുടങ്ങിയ മതങ്ങളുടെ ഉത്ഭവം പൗരസ്ത്യദേശത്താണ്. ആചാരങ്ങളിലെ സാദൃശ്യം ദർശിക്കാൻ കഴിയുന്നത് ഇതുകൊണ്ടായിരിക്കാം.

മുഗളരുടെ പ്രധാനപ്പെട്ട ഉത്സവങ്ങളിൽ ഒന്നാണ് രാജാവിന്റെ ജന്മദിനാഘോഷം. സോളാർ-ലൂണാർ കലണ്ടറുകൾ അനുസരിച്ച് വർഷത്തിൽ രണ്ടു ജന്മദിനങ്ങൾ ആഘോഷിച്ചിരുന്നു. ജന്മദിനത്തിൽ രാജാവ് സ്വർണ്ണം, വെള്ളി, വിലപിടിപ്പുള്ള കല്ലുകൾ എന്നിവ ഉപയോഗിച്ചുകൊണ്ട് തുലാഭാരം നടത്താറുണ്ട്. അവ പിന്നീട് പാവപ്പെട്ടവർക്ക് ദാനമായി വിതരണം ചെയ്യും. ദാനം ആയുസ്സിനെ വർദ്ധിപ്പിക്കുമെന്നാണ് വിശ്വാസം.

ജന്മദിനാഘോഷം ഇസ്ലാമിൽ നേരത്തെ തന്നെ ഉണ്ട്. മുഹമ്മദ് നബിയുടെ ജന്മദിനാഘോഷമാണ് നബിദിനം അഥവാ മിലാദ് ഇ ശരീഫ് (റബീഉൽ അവ്വാൽ 12). അദ്ദേഹം മരിച്ചതും റബീഉൽ അവ്വൽ 12 നാണ്.

നബിദിനം സുന്നി വിഭാഗം ആഘോഷിക്കുമ്പോൾ മറ്റു വിഭാഗങ്ങൾ ഇത് അംഗീകരിക്കുന്നില്ല.

മുഗൾ കൊട്ടാരത്തിലെ ജസ്യൂട്ട്സ്

ക്രിസ്തുമത കാര്യങ്ങളിൽ ജിജ്ഞാസുവായ അക്ബർ, ഗോവയിലേക്ക് ഒരു എംബസിയെ അയയ്ക്കുകയും ജസ്യൂട്ട് പാതിരിമാരെ തന്റെ കൊട്ടാരത്തിലേക്ക് ക്ഷണിക്കുകയും ചെയ്തു. 1580 ലാണ് ഫത്തേപൂർ സിക്രിയിലെ മുഗൾ കൊട്ടാരത്തിൽ ആദ്യത്തെ ജസ്യൂട്ട് മിഷൻ എത്തിയത്. രണ്ടു കൊല്ലം അവരവിടെ തങ്ങുകയും ചെയ്തു. 1591 ലും 1595 ലും രണ്ടും മിഷനുകൾ കൂടി ലാഹോറിലെ മുഗൾ കൊട്ടാരത്തിലേക്ക് കടന്നുവന്നു. പൊതു അസംബ്ലികളിൽ ജസ്യൂട്ടുകൾക്ക് ചക്രവർത്തിക്കു തൊട്ടരികെ ഇരിപ്പിടം നല്കിയിരുന്നു. അക്ബറുടെ യുദ്ധവേളകളിൽ ജസ്യൂട്ട്സ് അദ്ദേഹത്തെ അനുഗമിക്കാറുണ്ട്. ചക്രവർത്തിയുടെ കുട്ടികൾക്ക് അവർ പലപ്പോഴും ട്യൂഷൻ നല്കിയിരുന്നു. വിശ്രമവേളകളിൽ അവർ അദ്ദേഹത്തിന്റെ ഉറ്റതോഴരുമായിരുന്നു. യൂറോപ്പിൽ അന്നു നിലനിന്നിരുന്ന മതപരമായ അസഹിഷ്ണുതയുടെ പശ്ചാത്തലത്തിൽ വേണം ഇതിനെ വിലയിരുത്താൻ. പേർഷ്യൻ ആഖ്യാനങ്ങൾ മുഗൾ കാലത്തെ ജീവിതത്തെക്കുറിച്ചു നല്കുന്ന വിവരങ്ങളുമായി ഏറക്കുറെ യോജിച്ചു പോകുന്നവയാണ് ജസ്യൂട്ടുകൾ നല്കുന്ന വിവരങ്ങളും.

ദീൻ–ഇ–ഇലാഹി

എല്ലാ മതങ്ങളുടെയും സാരാംശം മനസ്സിലാക്കാൻ ശ്രമിച്ച അക്ബർ ഫത്തേപ്പൂർ സിക്രിയിൽ ഇബാദത്ത് ഖാന (House of Worship) നിർമ്മിച്ചു. അവിടേക്ക് അക്ബർ, ഹിന്ദു, മുസ്ലിം, ജൈന, സൊറാസ്ട്രിയൻ, ക്രിസ്ത്യൻ മതപണ്ഡിതരെ ക്ഷണിച്ചുവരുത്തി. അവർ തമ്മിൽ നടന്ന സംവാദം അക്ബർ ശ്രദ്ധയോടെ കേട്ടു. ഓരോ മതത്തിന്റെയും സൈദ്ധാന്തികവശങ്ങളെക്കുറിച്ച് അക്ബർ അവരോടു ചോദിച്ചു മനസ്സിലാക്കി. ഇസ്ലാം ഉൾപ്പെടെയുള്ള എല്ലാ മതങ്ങളിലേയും യാഥാസ്ഥിതിക വശങ്ങളെ ഉപേക്ഷിച്ച അക്ബർ അവയിലെ നല്ലതും പുരോഗമനാത്മകവുമായ ആശയങ്ങളെ സ്വാംശീകരിച്ചുകൊണ്ട് ഏകദൈവ വിശ്വാസത്തെ അടിസ്ഥാനമാക്കി സൂഫിസത്തോട് സാമ്യം കാണിക്കുന്ന ഒരു പുതിയ ചിന്താപദ്ധതിക്ക് രൂപംനല്കി. അതാണ് 'ദീൻ–ഇ–ഇലാഹി' (Divine Faith) അതൊരു മതമായി രൂപാന്തരം പ്രാപിച്ചിരുന്നില്ല.

അബുൾ ഫാസൽ ഇതിനെ വിശേഷിപ്പിക്കുന്നത് 'തൗഹിദ്–ഇ–ഇലാഹി' എന്നാണ്. 80 വർഷത്തിനുശേഷമാണ് മതം എന്നർത്ഥം വരുന്ന ദീൻ എന്ന പദം ഇതിനുപയോഗിക്കുന്നത്. ഇത് ഒരു പുതിയ മതമായിരുന്നില്ല. അക്ബർ തന്റെ ചിന്താപദ്ധതി മറ്റുള്ളവരെ അടിച്ചേല്പിക്കാൻ ശ്രമിച്ചതുമില്ല. സാർവ്വലൗകിക സഹിഷ്ണുതയെപ്പറ്റിയുള്ള അക്ബറിന്റെ സങ്കല്പം നിശ്ചയമായും അത്യുൽകൃഷ്ടമായ ഒന്നായിരുന്നു. *ഖുർആന്റെ*

പ്രാമാണികത്വത്തെ അദ്ദേഹം ഒരിക്കലും നിഷേധിച്ചില്ല. വിഭിന്നമതങ്ങളിലെ ഉത്തമമെന്നു താൻ കരുതിയ എല്ലാറ്റിന്റേയും മഹത്തായ ഒരു സമവായമായിരുന്നു അദ്ദേഹത്തിന്റെ ആദർശം-പ്രഥമവും പ്രധാനവുമായി ദേശീയമായ ഒരു ആദർശം. ഈ മഹത്തായ ആദർശമാണ് അദ്ദേഹത്തിനു ലോകചരിത്രത്തിൽ മഹാനായ അക്ബർ (Akbar the Great) എന്ന പദവി നേടിക്കൊടുത്തത്. ഈ ആദർശത്തെ സംബന്ധിച്ചിടത്തോളം ഭാവിതലമുറകളുടെ കൃതജ്ഞതയ്ക്ക് അദ്ദേഹം ന്യായമായും അവകാശിയാണ്.

അബ്ദുൽ ഖാദിർ ബദൗനിയുടെ *മുന്തഖാബ്-ഉത്-തവാരിഖി*യിൽ നിന്നുള്ള ഒരു ഭാഗമാണ് താഴെ നല്കിയിരിക്കുന്നത്.

ചെറുപ്പകാലം മുതൽ ഹിന്ദുസ്ഥാനിലെ രാജാക്കന്മാരുടെ പെൺമക്കളായ തന്റെ ഭാര്യമാരോടുള്ള അഭിനന്ദന സൂചകമായി ചക്രവർത്തി തിരുമനസ്സ് ഹറമിൽ (Haram, അന്തഃപുരം) അഗ്നി ആരാധന (ആതിഷ്-പരസ്തി) യിൽനിന്നും ഉരുത്തിരിഞ്ഞ ഒരു ആഘോഷമായ ഹോമം അനുഷ്ഠിച്ചിരുന്നു........ പേർഷ്യൻ പുതുവത്സരത്തിൽ (Nauroz festival) വൈകുന്നേരം വിളക്കുകളും മെഴുകുതിരികളും കത്തിക്കുമ്പോൾ രാജസദസ്സ് മുഴുവനും ആദരസൂചകമായി എഴുന്നേറ്റു നില്ക്കണമായിരുന്നു.

മുഗൾ രാജസഭാദിനവൃത്താന്ത രചിതാക്കളോടെ യോജിക്കുന്നവയായിരുന്നു ഈ ആശയങ്ങൾ. അങ്ങനെ ചില പ്രക്രിയകളിലൂടെ സാമ്രാജ്യസൗധത്തിനുള്ളിൽ വൈവിദ്ധ്യമാർന്ന ഒരു ജനതയെ സഫലമായി ഉൾക്കൊള്ളാൻ മുഗൾ ഭരണാധികാരികൾക്ക് കഴിഞ്ഞുവെന്ന് ഇവർ ചൂണ്ടിക്കാട്ടുന്നു. സാമ്രാജ്യത്തിന്റെ ഭൂമിശാസ്ത്ര വിസ്തൃതിയും രാഷ്ട്രീയ നിയന്ത്രണങ്ങളും ഗണ്യമായി കുറഞ്ഞതിനുശേഷവും ഒന്നര നൂറ്റാണ്ടോളം ഈ ഉപഭൂഖണ്ഡത്തിൽ മുഗൾ രാജവംശം അതിന്റെ പേരും പ്രതാപവും നിയമാനുസൃതമായിത്തന്നെ നിലനിർത്തി.

ഇസ്ലാമിക കല

ജീവജാലങ്ങളെ മതപരമായ കലാരൂപങ്ങളിലൂടെ പ്രദർശിപ്പിക്കുന്നത് ഇസ്ലാം വിലക്കുന്നു. ഇതു രണ്ടുതരം കലാരൂപങ്ങൾ ആവിർഭവിക്കുന്നതിനിടയാക്കി. കൈയെഴുത്തു കലയും (calligraphy) അരബെസ്ക്കും (Arabesque, ജ്യാമിതീയ രൂപങ്ങൾ), വാസ്തുശില്പങ്ങളെ മോടി പിടിപ്പിക്കുവാൻ ചെറുതും വലുതുമായ ലിഖിതങ്ങൾ-പൊതുവായി *ഖുർആനി*ലെ ഉദ്ധരണികൾ-ഉപയോഗിച്ചു. കൈയെഴുത്തു കല ഏറ്റവും മികച്ച രീതിയിൽ സംരക്ഷിക്കപ്പെട്ടിട്ടുള്ളത് എട്ടും ഒമ്പതും നൂറ്റാണ്ടുകളിൽ എഴുതിയ *ഖുർആ*ന്റെ കൈയെഴുത്തു പ്രതികളിലാണ്. *കിത്താബ് അൽ അഗാനി* (Book of Songs), *കലീല വ ദിംന* (Pahlavi version of the Panchatantra), ഹരീരിയുടെ *മാഖാമാത്* (Maqamat) തുടങ്ങിയ സാഹിത്യകൃതികൾ ചിത്രീകരണങ്ങളോടുകൂടി ഉള്ളവയായിരുന്നു. ഗ്രന്ഥങ്ങളുടെ ഭംഗി വർദ്ധിപ്പിക്കാൻ പലവിധ അലങ്കാര തന്ത്രങ്ങളും (Illumination techniques) അനുവർത്തിച്ചുപോന്നിരുന്നു. ചെടികളുടെയും പുഷ്പങ്ങളു

ടെയും ചിത്രങ്ങൾ (Floral Designs) കെട്ടിടങ്ങളിലും പുസ്തകങ്ങളിലും നിർബ്ബാധം ഉപയോഗിച്ചിരുന്നു.

കൈയെഴുത്തുപ്രതികളുടെ നിർമ്മാണം

മുഗൾ ഇന്ത്യയിലെ ഗ്രന്ഥങ്ങളെല്ലാം കൈയെഴുത്തുപ്രതി രൂപത്തിലുള്ളവയാണ്. കൈയെഴുത്തുപ്രതികളുടെ നിർമ്മാണം രാജകീയ 'കിതാബ്ഖാന'യിലാണ് നടന്നത്. 'കിതാബ്ഖാന' എന്നാൽ 'എഴുത്തുമുറി' (Scriptorium) എന്നാണ് അർത്ഥം. രാജാവിന്റെ കൈയെഴുത്തുപ്രതി ശേഖരങ്ങൾ സൂക്ഷിക്കുന്നതും പുതിയ കൈയെഴുത്തുപ്രതികൾ നിർമ്മിക്കുന്നതും 'കിതാബ്ഖാന'യിൽ വച്ചായിരുന്നു. പലരുടേയും പല തരത്തിലുള്ള പ്രവർത്തനവും ആവശ്യമുണ്ടായിരുന്ന ഒന്നായിരുന്നു കൈയെഴുത്തുപ്രതി നിർമ്മാണം. കൈയെഴുത്തുപ്രതിയുടെ താളുകൾ (Folio) തയ്യാറാക്കാൻ കടലാസു നിർമ്മാണക്കാർ, എഴുതിയത് പകർത്താൻ പകർത്തിയെഴുത്തുകാരൻ (Scribe), താളുകൾ മോടിവരുത്താൻ ഗിൽഡേഴ്സ് (സ്വർണ്ണം, വെള്ളി മുതലായവ പൂശുന്നവർ), ചില വിവരണങ്ങളുടെ ചിത്രീകരണം നടത്തുവാൻ ചിത്രകാരന്മാർ, പേജുകൾ കൂട്ടിത്തുന്നാൻ ബൈൻഡർമാർ എന്നിവരുടെ കൂട്ടായ പ്രവർത്തനം ഇതിന്റെ നിർമ്മാണത്തിനാവശ്യമായിരുന്നു. മുഗളരുടെ ഔദ്യോഗിക ചരിത്രങ്ങളിൽ ഏറ്റവും പ്രധാനപ്പെട്ട രണ്ടെണ്ണം *അക്ബർനാമ* (അബുൾ ഫാസൽ) യും *ബാദ്ഷാ നാമ* (അബ്ദുൾ ഹമീദ് ലാഹോരി) യുമാണ്. ഇതിന്റെ ഓരോ കൈയെഴുത്തുപ്രതിയിലും ഏകദേശം നൂറ്റമ്പതോളം പേജുകൾ ചിത്രങ്ങളാണ്. യുദ്ധം, നായാട്ട്, കെട്ടിടനിർമ്മാണം, കൊട്ടാരരംഗങ്ങൾ, ആഘോഷങ്ങൾ എന്നിവയായിരുന്നു ചിത്രത്തിന്റെ വിഷയങ്ങൾ. തയ്യാറാക്കി കഴിഞ്ഞ കൈയെഴുത്തുപ്രതി ഒരു അമൂല്യവസ്തുവായിട്ടാണ് കണക്കാക്കപ്പെട്ടിരുന്നത്. ബൗദ്ധികസമ്പന്നതയുടെയും സൗന്ദര്യത്തിന്റെയും ഉദാത്ത മാതൃകകളായിരുന്നു അവ. അത്തരം മനോഹരമായ ഒരു വസ്തു പുറത്തുകൊണ്ടുവന്ന അതിന്റെ രക്ഷാധികാരിയുടെ–മുഗൾ രാജാവിന്റെ പ്രൗഢി അതു വിളംബരം ചെയ്യുന്നു.

ചിത്രകല

ഏഷ്യയിലെ മുസ്ലീം രാജാക്കന്മാരിൽ പലരും ചിത്രകലയെ പ്രോത്സാഹിപ്പിച്ചവരും ചിത്രകാരന്മാരെ അതിനായി നിയോഗിച്ചവരും ആയിരുന്നു. ഇറാനിലെ 'സഫാവിദ്' രാജാക്കൻമാർ ഇതിനൊരുദാഹരണമായിരുന്നു. ഇറാനിൽനിന്നും മറ്റു പല ഭാഗങ്ങളിൽനിന്നും ധാരാളം കലാകാരന്മാർ മുഗൾ രാജസദസ്സിൽ എത്തിയിരുന്നു. രാജാവിന്റേയും അദ്ദേഹത്തിന്റെ കൊട്ടാരത്തിന്റേയും ജനങ്ങളുടേയും ചിത്രങ്ങൾ, രാജാവും ഇസ്ലാമിലെ യാഥാസ്ഥിതിക വിഭാഗങ്ങളുടെ പ്രതിനിധികളും (ഉലാമ) തമ്മിൽ നിരന്തരം സംഘർഷങ്ങൾക്കിടയാക്കി. മനുഷ്യരുടെ ചിത്രീകരണം ഇസ്ലാമിക നിയമങ്ങൾക്കെതിരാണ് എന്ന് യാഥാസ്ഥിതി

കർ വാദിച്ചു. 'സൃഷ്ടി' ദൈവത്തിന്റെ മാത്രം കർമ്മമാണെന്നും അതു മറ്റൊരാൾ ഏറ്റെടുക്കുന്നത് നിഷിദ്ധമാണ് എന്നും ആയിരുന്നു അവരുടെ വാദം. സൂഫികളുടെ നയപരമായ ഇടപെടലുകൊണ്ട് ഈ എതിർപ്പ് ക്രമേണ കെട്ടടങ്ങി. അക്ബർ ഇങ്ങനെ പറഞ്ഞതായി അബുൾ ഫാസൽ സാക്ഷ്യപ്പെടുത്തുന്നുണ്ട്:

> ചിത്രകലയെ വെറുക്കുന്ന പലരുമുണ്ട്. എന്നാൽ ഞാൻ അവരെ വെറുക്കുന്നു. ദൈവസാക്ഷാൽക്കാരത്തിന് കലാകാരന്മാർക്ക് ഒരു പ്രത്യേക വഴിയുണ്ടെന്ന് ഞാൻ കരുതുന്നു.

മുഗൾ ചിത്രങ്ങൾ വലുപ്പത്തിൽ ചെറുതായിരുന്നു. അതിനാൽ അവയെ 'മിനിയേച്ചർ പെയിന്റിങ്ങുകൾ, എന്നുവിളിക്കുന്നു. ഇന്ത്യൻ, പേർഷ്യൻ, ഇസ്ലാമിക ശൈലിയുടെ സവിശേഷമായ ഒരു മിശ്രിതമായിരുന്നു മുഗൾ പെയിന്റിങ്ങുകൾ. ചുരുക്കത്തിൽ മുഗൾ ചിത്രകല പ്രബുദ്ധമായ ഒരു കാലഘട്ടത്തിന്റെ യാഥാർത്ഥ്യങ്ങളുടെ പ്രതിഫലനം മാത്രമല്ല, തങ്ങളെക്കുറിച്ചും തങ്ങളുടെ ഭരണകാലത്തെക്കുറിച്ചും വിലയിരുത്തുന്നതിനായി ഭാവിതലമുറകൾക്കുവേണ്ടി അവ ഉണ്ടാവണമെന്നും മുഗൾ രാജാക്കന്മാർ ആഗ്രഹിച്ചിരുന്നു.

മുഗൾ ചക്രവർത്തിമാരുടെ അധികാരം ദൈവദത്തമാണെന്നു സ്ഥാപിക്കാൻ കൊട്ടാരം ചരിത്രകാരന്മാർ പല ഉറവിടങ്ങളേയും ആശ്രയിച്ചു. ദൈവത്തിൽനിന്നുൽഭൂതമാകുന്ന പ്രകാശം സ്വീകരിക്കുന്ന വസ്തുക്കളുടെ ശ്രേണീശൃംഖലയുടെ ഏറ്റവും ഉന്നതസ്ഥാനത്ത് 'മുഗൾ രാജത്വ'ത്തെ അബുൾ ഫാസൽ പ്രതിഷ്ഠിച്ചു. ഇതിന് അദ്ദേഹത്തിന് പ്രചോദനമായത് 1191 ൽ അന്തരിച്ച ഇറാനിയൻ സൂഫിവര്യൻ ഷിഹാബുദ്ദീൻ സുഹ്റവർദിയായിരുന്നു. പ്ലേറ്റോയുടെ *റിപ്പബ്ലിക്*കോളം പഴക്കമുണ്ട് സുഹ്റവർദി തത്ത്വശാസ്ത്രത്തിന്റെ ഉത്ഭവത്തിന്. അവിടെ സൂര്യന്റെ ചിഹ്നമാണ് ദൈവത്തെ പ്രതിനിധീകരിക്കുന്നത്. ഇസ്ലാമിക ലോകം സുഹ്റവർദിയുടെ രചനകൾ സാർവ്വത്രികമായി വായിക്കപ്പെട്ടു. ഇതാണ് അബുൾ ഫാസലിന്റെ ഈ ആശയത്തിന്റെ ഉറവിടം. ഈ ആശയമനുസരിച്ച് 'ദിവ്യപ്രകാശം' രാജാവിലേക്ക് പ്രസരിക്കുകയും രാജാവ് പ്രജകളുടെ ആത്മീയ വഴികാട്ടി ആയിത്തീരുകയും ചെയ്തു. ആഖ്യാനങ്ങളിലെ വിവരണങ്ങളോടൊപ്പമുള്ള ചിത്രങ്ങൾ ഈ ആശയങ്ങൾക്ക് പ്രചാരം നല്കുകയും ക്രമേണ അതു ജനങ്ങളുടെ മനസ്സിൽ മായാതെ പതിയുകയും ചെയ്തു. ക്രിസ്തുവിന്റെയും കന്യാമറിയത്തിന്റെയും യൂറോപ്യൻ ചിത്രങ്ങളിൽ കാണുന്നതുപോലെ ഒരു പ്രഭാവലയം (halo) പതിനേഴാം നൂറ്റാണ്ടു മുതൽ മുഗൾ കലാകാരന്മാർ വരച്ച മുഗൾ ചക്രവർത്തിമാരുടെ ചിത്രങ്ങളിലും കാണാം.

സുൽഹി-കുൽ

ഭിന്നഗണങ്ങളിലും വർഗ്ഗങ്ങളിലും പെട്ട ജനങ്ങൾ അധിവസിക്കുന്ന

വിസ്തൃതമായ ഒരു രാജ്യത്തിന്റെ നിയമാനുസൃതമായ ഭരണാധികാരികളായിട്ടാണ് തങ്ങളെ മുഗൾ രാജാക്കന്മാർ കണ്ടത്. ഈ കാഴ്ചപ്പാട് അവർ പ്രേഷണം ചെയ്തത് വംശീയ ചരിത്രരചനയിലൂടെ ആയിരുന്നു. പല വംശങ്ങളും മതസമുദായങ്ങളും ഉൾപ്പെട്ടതായിരുന്നു ആഖ്യാതാക്കൾ നമ്മുടെ മുമ്പിലവതരിപ്പിക്കുന്ന മുഗൾ സാമ്രാജ്യം. രാജ്യത്ത് സമാധാനവും ഭദ്രതയും ഉറപ്പുവരുത്തുവാൻ മുഗൾ രാജാക്കന്മാർ മത–വംശീയ സംഘങ്ങൾക്കും അധീതമായി നിലകൊണ്ടു. മഹത്തായ മുഗൾ സാമ്രാജ്യത്തിന്റെ മൂലക്കല്ല് 'സുൽഹി കുൽ' (Sulh-i-Kul, പൂർണ്ണ സമാധാനം) ആയിരുന്നുവെന്ന് അബുൾ ഫാസൽ പ്രസ്താവിക്കുന്നു. പൂർണ്ണമായ ഈ സമാധാനാവസ്ഥയിൽ എല്ലാ മതങ്ങൾക്കും ചിന്താധാരകൾക്കും അവരവരുടേതായ ആശയങ്ങൾ പ്രചരിപ്പിക്കാൻ സ്വാതന്ത്ര്യമുണ്ടായിരുന്നു. എന്നാൽ അത് അവർ തമ്മിലുള്ള കലഹത്തിനോ രാഷ്ട്രത്തിന്റെ അധികാരത്തിനു വിഘാതം സൃഷ്ടിക്കുന്നതിനോ ഇടയായിക്കൂടാ. ഭരണത്തിൽ 'സുൽഹി കുലി'ന്റെ അന്തഃസത്ത കൃത്യമായി പാലിക്കണമെന്ന് അക്ബർ ഉദ്യോഗസ്ഥർക്കു കർശന നിർദ്ദേശം നല്കിയിരുന്നു.

പേർഷ്യൻ ഭാഷയുടെ വളർച്ച

സെമിറ്റിക് ഭാഷകളിൽ ഏറ്റവും പ്രായം കുറഞ്ഞതാണ് അറബിക്. അറബിയിൽ സാഹിത്യം എന്ന അർത്ഥത്തിൽ 'അദബ്' (adab) എന്ന വാക്കാണ് ഉപയോഗിക്കുന്നത്. ഈ വാക്കിന് മര്യാദ, മാന്യത, വിശുദ്ധി, സംസ്കാരം എന്നൊക്കെ അർത്ഥമുണ്ട്. ഈ രണ്ട് അർത്ഥത്തിലും ഒരേ വാക്ക് ഉപയോഗിക്കുന്നത് അർത്ഥവത്താണ്. സാഹിത്യം ഒരു ജനതയുടെ സംസ്കാരവും മാന്യതയും മറ്റും പ്രതിഫലിപ്പിക്കുന്നതാണല്ലോ. മദ്ധ്യ കാല ഇസ്ലാമിക സമൂഹത്തിലെ വ്യക്തിയുടെ ഏറ്റവും അഭിനന്ദനാർഹ മായ ഗുണങ്ങൾ നല്ല ഭാഷയും സർഗ്ഗാത്മക ഭാവനയുമായിരുന്നു. ഈ ഗുണവിശേഷങ്ങൾ ഒരു വ്യക്തിയുടെ വിനിമയത്തെ 'അദബിന്റെ' തല ത്തിലേക്ക് അഥവാ സാംസ്കാരിക വിശുദ്ധിയിലേക്ക് ഉയർത്തിയിരുന്നു.

അറബികൾ ഇറാൻ കീഴ്പ്പെടുത്തിയ കാലത്ത്, പ്രാചീന ഇറാനിലെ വിശുദ്ധഗ്രന്ഥങ്ങൾ എഴുതിയ പഹലവി (Pahlavi) ഭാഷ ക്ഷയോന്മുഖ മായിരുന്നു. പഹലവിയുടെ ഒരു പുതിയ പതിപ്പായ 'പുതിയ പേർഷ്യൻ' (New Persian) താമസിയാതെ വികാസം പ്രാപിക്കുകയും ചെയ്തു. അറ ബിക് പദസമ്പത്തുകൊണ്ട് സമ്പന്നമായ 'പുതിയ പേർഷ്യൻ' പത്തും പതിനൊന്നും നൂറ്റാണ്ടുകളിൽ ഉയർന്നുവന്ന സുൽത്താനേറ്റുകളുടെ രൂപീ കരണത്തോടെ ഉന്നതിയിലെത്തുകയും, അവർ ഇസ്ലാമിക സംസ്കാര ത്തിന്റെ ഭാഷയായി പേർഷ്യൻ ഭാഷയെ പരിപോഷിപ്പിക്കുകയും ചെയ്തു. സമാനിദ് കൊട്ടാരം കവിയായ റുദാക്കി (Rudaki) പുതിയ പേർഷ്യൻ ഭാഷയുടെ പിതാവായാണ് അറിയപ്പെടുന്നത്. പതിനൊന്നാം നൂറ്റാണ്ടിന്റെ ആരംഭത്തോടുകൂടി ഗസ്നി, പേർഷ്യൻ സാഹിത്യ ജീവിതത്തിന്റെ കേന്ദ്ര മായി. തങ്ങളുടെ അന്തസ്സ് വർദ്ധിപ്പിക്കുന്നതിന് കലയേയും വിജ്ഞാന ത്തേയും പ്രോത്സാഹിപ്പിക്കേണ്ടതിന്റെ പ്രാധാന്യം ഭരണാധികാരികൾക്കും

മനസ്സിലായി. മഹ്മൂദ് ഗസ്നിക്കു ചുറ്റും ഒരു സംഘം കവികളുമുണ്ടായിരുന്നു. ഇസ്ലാമിക സാഹിത്യത്തിലെ മാസ്റ്റർ പീസായ *ഷനാമ* (Shanama) എന്ന ഇതിഹാസകാവ്യം (Epic poetry) രചിച്ച ഫിൽദൗസിയായിരുന്നു അവരിൽ ഏറ്റവും പ്രമുഖൻ.

ഗാസ്നവി (Ghaznavid) പാരമ്പര്യത്തിലൂടെയാണ് പിന്നീടു പേർഷ്യൻ ഭാഷ ഇന്ത്യയുടെ സാംസ്കാരിക ഭാഷയും ഭരണഭാഷയുമായത്. ഡൽഹി സുൽത്താനേറ്റിന്റെ കാലത്താണ് പേർഷ്യൻ കൊട്ടാരഭാഷയും സാഹിത്യഭാഷയുമായത്. മുഗളർ, ഛഗ്ടായി ടർകസ് (Chagtai Turks) വംശത്തിൽപ്പെട്ടവരാണ്. അവരുടെ മാതൃഭാഷ തുർക്കിഷ് ആയിരുന്നു. പ്രഥമ മുഗൾ രാജാവായ ബാബർ കവിതയും അദ്ദേഹത്തിന്റെ ആത്മകഥയും (*Babar Nama*) എഴുതിയത് തുർക്കിഷ് ഭാഷയിലായിരുന്നു. അക്കാലത്ത് സാംസ്കാരികമായും ബൗദ്ധികമായും ഏറ്റവും മികച്ചുനിന്ന പേർഷ്യൻ ഭാഷയെ മുഗളരുടെ ഭരണഭാഷയായി അക്ബർ തെരഞ്ഞെടുത്തു. സ്വാഭാവികമായും കണക്കെഴുത്തുകാരും ഗുമസ്തന്മാരും, മറ്റുദ്യോഗസ്ഥരും അതു പഠിക്കാൻ നിർബ്ബന്ധിതരായി. പതിനാറും പതിനേഴും നൂറ്റാണ്ടുകളിൽ പേർഷ്യൻ സംസാരിച്ചിരുന്നവർ ഈ രാജ്യത്തിന്റെ വിവിധ ഭാഗങ്ങളിൽനിന്നു വന്നവരും മറ്റുള്ള ഇന്ത്യൻ ഭാഷകൾ സംസാരിക്കുന്നവരുമായിരുന്നു. അതിനാൽ പ്രാദേശിക ശൈലികളും പദപ്രയോഗങ്ങളും ഉൾക്കൊണ്ടുകൊണ്ടു പേർഷ്യനും ഭാരതവല്ക്കരിക്കപ്പെട്ടു. പേർഷ്യനും, ഹിന്ദാവിയും ചേർന്നുള്ള പരസ്പരബന്ധത്തിൽനിന്നു ഉർദു എന്നൊരു പുതിയ ഭാഷ രൂപപ്പെട്ടു.

അബ്ബാസിദ് കാലഘട്ടത്തിലെ കവികൾ അവരുടെ രക്ഷാധികാരി നേട്ടങ്ങളെ പ്രകീർത്തിച്ചുകൊണ്ട് എഴുതിയ ഖണ്ഡകാവ്യങ്ങൾ (Ode) ഏറെ പ്രസിദ്ധമാണ്. പുതിയ പേർഷ്യൻ ഭാഷയുടെ ആവിർഭാവത്തോടെ ഗസൽ (Ghazal), റൂബായി (Rubai) തുടങ്ങിയ പുതിയ കാവ്യരൂപങ്ങൾ കാവ്യലോകത്ത് പ്രത്യക്ഷപ്പെട്ടു.

ഗസൽ എന്ന അറബി വാക്കിന്റെ അർത്ഥം 'പ്രണയഭാജനത്തോടുള്ള സംസാരം' എന്നാണ്. ഗസലുകളിലെ പ്രണയഭാജനം ഈശ്വരനോ, കമിതാക്കളോ ആവാം, ഗസൽ ഏതാനും 'ഷേറുകൾ' അഥവാ ഈരടികളുടെ (Couplets) സമാഹാരമാണ്. ഇന്ത്യയിൽ ഗസലിന് തുടക്കംകുറിച്ചത് അമീർ ഖുസ്രുവാണ്. ഗസലിന് ഏത് ഭാഷയും ഉപയോഗിക്കാം. റൂബായി നാലുവരിയുള്ള (quatrain) ഒരു കാവ്യഖണ്ഡമാണ്. റൂബായിയുടെ പ്രമേയങ്ങൾക്ക് അതിരുകളില്ല. പ്രിയപ്പെട്ടവരുടെ സൗന്ദര്യം ആവിഷ്കരിക്കാനോ, രക്ഷാധികാരിയെ പ്രശംസിക്കാനോ, ദാർശനികന്റെ ചിന്തകൾ അവതരിപ്പിക്കാനോ അത് ഉപയോഗിക്കാറുണ്ട്. റൂബായി അതിന്റെ ഉന്നതിയിലെത്തിയത് ഒമർ ഖയ്യാമിലൂടെയാണ്.

പതിമൂന്നാം നൂറ്റാണ്ടിൽ അഫ്ഗാനിസ്ഥാനിലെ ബൽവിൽ ജനിച്ച മൗലാന ജലാലുദ്ദീൻ റൂമി (1207–1273) ഏറ്റവും ജനപ്രിയ സൂഫി കവിയാണ്. വിശ്വസ്നേഹത്തിലും ഏക ദൈവത്തിലും ഊന്നി ജീവിച്ച അദ്ദേ

ഹത്തിന്റെ കവിതകളും അദ്ധ്യാപനങ്ങളും വിശ്വോത്തരവും ഒട്ടനേകം ലോകഭാഷകളിലേക്ക് വിവർത്തനം ചെയ്യപ്പെട്ടവയുമാണ്. പേർഷ്യൻ ഭാഷയിൽ രചിക്കപ്പെട്ട *മസ്നവി എ മഅനവി* ആണ് റൂമിയുടെ പ്രസിദ്ധ കൃതി. സംഗീതവും, കവിതയും സംയോജിപ്പിച്ചുകൊണ്ടുള്ള കറങ്ങുന്ന സൂഫി നൃത്തരൂപത്തിന് തുടക്കംകുറിച്ചത് റൂമിയാണ്. അദ്ദേഹത്തിന്റെ മരണശേഷം ശിഷ്യന്മാരിലൂടെയാണ് നൃത്തരൂപം പ്രസിദ്ധമായത്. സൂഫി നർത്തകനെ 'ദാർവിഷ്' എന്നാണ് വിളിക്കുന്നത്. ധ്യാനരൂപത്തിൽ അവതരിപ്പിക്കുന്ന നൃത്തത്തിന്റെ തുടക്കം മുതൽ ഒടുക്കം വരെ കറക്കമാണ്. റൂമിയുടെ ഭൗതിക ശരീരം അടക്കം ചെയ്ത തുർക്കിയിലെ കോന്യ പട്ടണം ലോക പ്രശസ്ത തീർത്ഥാടക കേന്ദ്രമാണ്.

മദ്ധ്യകാല ഇന്ത്യയിലെ സംഗീതം

പതിമൂന്നാം നൂറ്റാണ്ടോടുകൂടി ഉത്തരേന്ത്യയിൽ മുസ്ലീം രാജവംശം ഏതാണ്ടു വേരുറച്ചതു പോലെയായി. അതോടെ നിരവധി അറബി–പേർഷ്യൻ തത്ത്വജ്ഞാനികളും കലാവിചക്ഷണന്മാരും ഇന്ത്യ സന്ദർശിക്കാൻ തുടങ്ങി. അക്കൂട്ടത്തിൽ ചില പ്രമുഖ സൂഫി സന്ന്യാസിമാരും ഇന്ത്യയിലേക്ക് വന്നു.

നാശഗർത്തത്തിലേക്ക് ആണ്ടുവീണുപോയ ഉത്തരേന്ത്യൻ പ്രാചീനശാസ്ത്രീയസംഗീതം പേർഷ്യൻ സംഗീതജ്ഞരുടെ വരവോടെ പുഷ്ടി പ്രാപിക്കാൻ തുടങ്ങി. അന്നത്തെ പ്രാചീന സംഗീതം പല മാറ്റങ്ങൾ ഉൾക്കൊണ്ട് ഹിന്ദുസ്ഥാനി സംഗീതത്തിന്റെ വിവിധ ശാഖകളായി രൂപാന്തരം പ്രാപിച്ചു. പതിന്നാലാം നൂറ്റാണ്ടിന്റെ തുടക്കത്തോടുകൂടി ഹിന്ദുസ്ഥാനിസംഗീതവും വളർച്ച പ്രാപിക്കാൻ തുടങ്ങി. അതിന് കാരണഭൂതരായത് അക്കാലത്ത് ഉത്തരേന്ത്യ ഭരിച്ചിരുന്ന സുൽത്താൻ അലാവുദ്ദീൻ ഖിൽജിയും അദ്ദേഹത്തിന്റെ ദർബാറിലെ ആസ്ഥാനകവിയും സംഗീതജ്ഞനും നിസാമുദ്ദീൻ ഔലവിയയുടെ ശിഷ്യനുമായ അമീർ ഖുസ്രുവുമായിരുന്നു.

അമീർ ഖുസ്രു

അലാവുദ്ദീൻ ഖിൽജി മുതൽ ഗിയാസുദ്ദീൻ തുഗ്ലക്ക് വരെയുള്ള സുൽത്താന്മാരുടെ ആസ്ഥാനകവിയും സംഗീതജ്ഞനുമായിരുന്ന അമീർ ഖുസ്രു പ്രഗത്ഭനായ പേർഷ്യൻ കവി, സംഗീതജ്ഞൻ, തത്ത്വജ്ഞാനി, ഭാഷാപണ്ഡിതൻ എന്നീ നിലകളിൽ ഏറെ പ്രശസ്തനായിരുന്നു. വിശുദ്ധ *ഖുർആനി*ലെ തത്ത്വങ്ങളേയും മഹദ് വചനങ്ങളെയും ആശ്രയിച്ച് ദൈവസ്തുതിപരമായി ഉടലെടുത്ത് സംഗീത രൂപമാണ് 'ഖവാലി.' ഇന്ത്യയിൽ ഉത്ഭവിച്ച ഖവാലി സംഗീതത്തിന് ജന്മം നല്കിയത് അമീർ ഖുസ്രുവാണ്. പിന്നീട് ഈ സംഗീത രൂപം പ്രചുരപ്രചാരം നേടുകയുണ്ടായി. 'ധ്രുപദ്' എന്ന സംഗീത രൂപത്തിന് പേർഷ്യനിലെ ഈണവും താളവും കൂട്ടി

ക്കലർത്തി അമീർഖുസ്രു എന്ന സംഗീതമാന്ത്രികൻ ഖയാൽ എന്ന ഗാനരൂപം സൃഷ്ടിച്ചു. ഹിന്ദുസ്ഥാനി സംഗീതത്തിൽ വെച്ച് ഏറ്റവും പ്രചാരം നേടിയ സംഗീതരൂപമാണ് ഖയാൽ. പേർഷ്യനും ഭോജ്പുരിയും കൂട്ടിക്കലർത്തി അമീർ ഖുസ്രു 'ഹിന്ദാവി' ഭാഷയുണ്ടാക്കി. ഹിന്ദുസ്ഥാനി സംഗീതോപകരണങ്ങളായ സിത്താർ, തബല മുതലായവയെ ഹിന്ദുസ്ഥാനി വാദ്യസംഗീതത്തിനായി ഉപയുക്തമാക്കി. കൂടാതെ നിരവധി രാഗങ്ങൾ, താളങ്ങൾ എന്നിവ രൂപപ്പെടുത്തിയതോടൊപ്പം ഹിന്ദാവിയിലും പേർഷ്യനിലും നിരവധി സംഗീത ബന്ദിഷുകളും ഗസലുകളും അദ്ദേഹം രചിക്കുകയും ചെയ്തു, ഇക്കാരണത്താൽ ഹിന്ദുസ്ഥാനി സംഗീതത്തിന്റെ പിതാവെന്ന സ്ഥാനത്തിന് തികച്ചും അർഹനായിട്ടുള്ളത് അമീർ ഖുസ്രു തന്നെയാണ്.

ഇന്ത്യയിൽ ഗസലിന് തുടക്കംകുറിച്ചത് അമീർ ഖുസ്രുവാണെങ്കിലും ഡക്കാനിലെ സുൽത്താനായിരുന്ന മുഹമ്മദ് ഖൂലി കുത്തബ്ഷാ (1565–1611) യായിരുന്നത്രേ ആദ്യമായി ഉറുദ്ദുവിൽ ഗസലുകൾ രചിക്കാൻ തുടങ്ങിയത്. എന്നാൽ വാലി മുഹമ്മദ് വാലി (1667–1707) എന്ന ഡക്കാൻ കവിയാണ് ഉറുദ്ദു ഗസലുകളുടെ തുടർന്നുള്ള പുരോഗതിക്ക് യഥാർത്ഥത്തിൽ വഴിയൊരുക്കിയത്. ഇദ്ദേഹം 1700 ൽ ഡൽഹി സന്ദർശിക്കുകയും ഡൽഹിയിലെയും ഡക്കാനിലെയും ഗസൽ രചനാധാരകളെ ഒന്നിപ്പിക്കുന്നതിൽ വിജയം കൈവരിക്കുകയും ചെയ്തു. പേർഷ്യൻ കവിതകൾ ഇഷ്ടപ്പെട്ടിരുന്ന ഡൽഹിയിലെ കവികൾ ഉറുദ്ദു ഭാഷയിൽ ഗസലുകൾ രചിക്കാൻ തുടങ്ങുകയും ചെയ്തു. കാലക്രമേണ, ഗസൽ അവിടത്തെ കവികൾക്ക് പ്രിയങ്കരമാവുകയും, നാട്യശാലകളിലും, രാജസഭയിലും മറ്റും അതിന്റെ ആലാപനം പ്രചുരപ്രചാരണം നേടുകയും ചെയ്തു. പിന്നീടുണ്ടായ കാലഘട്ടത്തിൽ ഉറുദ്ദു ഗസലുകൾക്ക് പ്രചാരവും പ്രസിദ്ധിയും സിദ്ധിച്ചത് ഡൽഹി, ലഖ്നൗ എന്നീ വിചാരധാരകളിൽക്കൂടിയാണ്. ഇതിൽ ഡൽഹി വിചാരധാരയിലെ പ്രമുഖനാണ് ബഹദൂർ ഷാ സഫർ.

ബഹദൂർഷാ സഫർ

ബഹദൂർഷാ സഫർ മുഗൾ സാമ്രാജ്യത്തിലെ ഒടുവിലത്തെ ചക്രവർത്തിയായിരുന്നു. 1764 ൽ ബക്സാർ യുദ്ധത്തിൽ പരാജയപ്പെട്ട ഷാ ആലം രണ്ടാമന്റെ കാലത്തു തന്നെ മുഗളന്മാരുടെ പ്രതാപം നഷ്ടപ്പെട്ടിരുന്നു. ബ്രിട്ടീഷുകാരിൽനിന്ന് പെൻഷൻ വാങ്ങുന്നവരായി മുഗൾ രാജാവ് ചുരുങ്ങിയിരുന്നു. ഒരു സൂഫിവര്യനായ ബഹദൂർഷാ കവി, ഗസൽ രചയിതാവ്, കാലിഗ്രാഫർ, പൂന്തോട്ട നിർമ്മാതാവ് എന്നീ നിലകളിൽ പ്രശസ്തി ആർജ്ജിച്ചിരുന്നു. 'സഫർ' എന്ന തൂലികാ നാമത്തിൽ അദ്ദേഹത്തിന്റെ ഗസലുകൾ പ്രസിദ്ധമാണ്. ചെങ്കോട്ടയിലെ 'മുഷാര' എന്ന ഗസൽ സംഗീതസദസ്സിലെ മറ്റു കവികളാണ് മിർസാ ഗാലിബ്, സൗഖ് എന്നിവർ. ബഹദൂർഷാ സഫറിന്റെ കാലത്താണ് ബ്രിട്ടീഷുകാർ മുദ്രകുത്തിയ 1857 ലെ 'ശിപായി ലഹള' നടന്നത്.

ബ്രിട്ടീഷുകാർ ബഹദൂർഷാ സഫറിൽ രാജദ്രോഹക്കുറ്റം ചുമത്തുകയും അദ്ദേഹത്തെ റംഗൂണി (ബർമ–മ്യാൻമർ) ലേക്ക് നാടുകടത്തുകയും ചെയ്തു. അവിടെ ചെറിയ നാലുമുറികളുള്ള വീട്ടുതടങ്കലിലാണ് അദ്ദേഹം കഴിഞ്ഞത്. അദ്ദേഹത്തിന് എഴുതാൻ കടലാസോ പേനയോ മഷിയോ നല്കിയില്ല. വിളക്കിന്റെ കത്തിയ തിരിയുടെ കരികൊണ്ട് അദ്ദേഹം ചുമരുകളിൽ ഗസലുകൾ എഴുതി. ബന്ധുക്കൾ കൺമുമ്പിൽവെച്ച് വധിക്കപ്പെട്ട്, സകലതും നഷ്ടപ്പെട്ട്, നിസ്സഹായനായ വെറുമൊരു തടവുകാരന്റെ നിലയിലേക്ക് താഴ്ത്തപ്പെട്ട്, ബഹദൂർഷാ എന്ന ചക്രവർത്തി 1862 ൽ റംഗൂണിലെ തടവറയിൽ കിടന്ന് കഥാവശേഷനായി. സഫറിന്റെ കവിതകളിൽ കാണുന്ന ദുഃഖം സാധാരണക്കാരന്റേതു പോലെയല്ല. സഫറിലെ ശോകകവി, തന്റേതായ സകല രാജയോഗഭോഗങ്ങളും നഷ്ടപ്പെട്ടവനും തന്റെ കുടുംബത്തെയാകെ കൺമുമ്പിൽ വെച്ചു നിഷ്കരുണം വധിക്കപ്പെടുന്നതിന് സാക്ഷിയായവനും അതിനെല്ലാമുപരി, തന്റെ ശവസംസ്കാരത്തിന് ജന്മനാട്ടിൽ ആറടിമണ്ണുപോലും ലഭിക്കാത്തവനുമായ ദുഃഖപാരമ്യത്തിന്റെ പ്രതീകമാണ്.

വാജിദ് അലി ഷാ

നവാബ് വാജിദ് അലി ഷാ ഓധിലെ രാജാവായി സ്ഥാനാരോഹണം ചെയ്യപ്പെട്ടപ്പോഴേക്കും അവിടത്തെ കീർത്തിയെല്ലാം കെട്ടടങ്ങിയിരുന്നു. 1801 ലെ ഉടമ്പടി അനുസരിച്ച് സാമ്പത്തികമായി സമ്പന്നമായിരുന്ന ഈ നാട്ടുരാജ്യത്തിലെ അധികഭാഗവും ബ്രിട്ടീഷ് സാമ്രാജ്യത്തിലേക്ക് ചേർത്തുകഴിഞ്ഞിരുന്നു. വാജിദ് അലി ഷാ തന്റെ പ്രജകളെ നല്ലതുപേലെ സ്നേഹിച്ചിരുന്ന, കാര്യശേഷിയും കലാനൈപുണ്യവും ഒത്തുചേർന്ന ഒരു ഭരണകർത്താവായിരുന്നു. ശ്രീകൃഷ്ണകഥകൾ ആടുന്ന ക്ഷേത്രകലയായ 'കഥക്' മുഗൾ ചക്രവർത്തിമാരുടെ അരമനയിലേയും, രാജസദസ്സിലേയും നാട്യമായിട്ടാണ് വളർന്നത്. വാജിദ് അലി ഷായുടെ കീഴിൽ കഥക് ഒരു പ്രധാന കലാരൂപമായി അറിയപ്പെട്ടു. നവാബിന്റെ പരിരക്ഷയിൽ ലക്നൗവിൽ കഴിഞ്ഞിരുന്ന നിരവധി രചയിതാക്കളുടേയും ഗായകരുടേയും ശ്രമഫലത്താൽ 'ഠുമ്രി' എന്ന ശാസ്ത്രീയ സംഗീതരൂപം അവിടെ തഴച്ചുവളർന്നു. ശൃംഗാരഭാവം ഉൾക്കൊള്ളുന്ന ഭക്തിനിർഭരമായ ഠുമ്രിയുടെ ഉത്ഭവം ലക്നൗവിലാണ്. വാജിദ് അലി ഷാ തന്നെ നല്ലൊരു ഠുമ്രി രചയിതാവായിരുന്നു.

അങ്ങനെ ഇന്ത്യൻ സംഗീതസങ്കല്പങ്ങളും പേർഷ്യൻ ആലാപന സമ്പ്രദായവും ഒത്തുചേർന്ന്, അതുല്യവും അതിമനോഹരവുമായ ലയസുഖം കാഴ്ചവെക്കുന്ന ഒരു സംഗീതരൂപമായി മാറി ഹിന്ദുസ്ഥാനി സംഗീതം എന്നത് ഒരു ചരിത്ര സത്യം ആണ്. സംഗീതത്തിന്റെ സുവർണ്ണകാലമായിരുന്നു മുഗൾ കാലഘട്ടം. ഹിന്ദുസ്ഥാനിസംഗീതത്തിലെ ഏറ്റവും പൗരാണിക രൂപമാണ് ധ്രുപദ്. ഹൈന്ദവക്ഷേത്രസംഗീതമായ ധ്രുപദിനെ വളർത്തിയെടുത്തതും അത്യുന്നത പ്രശസ്തിയിലേക്കെത്തിക്കുന്നതിൽ

വലിയൊരു പങ്കുവഹിച്ചിട്ടുള്ളതും ഇന്ത്യയിലെ മുസ്ലിം സംഗീതവിചക്ഷണന്മാരായിരുന്നെന്ന വസ്തുതയോർക്കുമ്പോൾ, അക്കാലത്ത് ഇന്ത്യയിൽ മതസഹിഷ്ണുതയ്ക്ക് എത്ര പ്രാധാന്യം കല്പിച്ചിരുന്നു എന്നു നാം മനസ്സിലാക്കേണ്ടതുണ്ട്.

സൂഫിസത്തിലെ പെൺ പൊലിമ

റാബിയ അൽ അദവിയ്യ

ഇസ്ലാമിക ആത്മീയ ചരിത്രത്തിൽ ഏറ്റവും പ്രശസ്തയായ വനിതയും സൂഫി പാരമ്പര്യത്തിലെ കവയിത്രിയുമാണ് റാബിയ അൽ അദവിയ്യ (713–801). ഇറാഖിലെ ബസ്രയിൽ ഒരു ദരിദ്രകുടുംബത്തിൽ ജനിച്ച റാബിയ ചെറുപ്പം മുതൽ ആത്മീയ കാര്യങ്ങളിൽ അതീവ തല്പരയായിരുന്നു.

ദൈവസ്നേഹത്തിലും ആത്മപരിത്യാഗത്തിലും ഉറച്ചുനിന്ന റാബിയയിലൂടെയാണ് ദൈവഭക്തി ദൈവത്തോടുള്ള പ്രണയമായി മാറുന്നത്. പിന്നീട് സൂഫിസം റാബിയയുടെ മാർഗ്ഗം പിന്തുടർന്നു. സ്വർഗ്ഗമോഹത്തിന്റെയും നരകഭയത്തിന്റെയും പ്രേരണയില്ലാതെ ദൈവത്തോടുള്ള പ്രണയമാണ് റാബിയയുടെ കവിതകളിൽ.

“നരകഭയംമൂലം ഞാൻ നിന്നെ
ആരാധിച്ചാൽ, എന്നെ
നരകത്തിൽ എരിക്കുക

പറുദീസ മോഹിച്ച് ഞാൻ
നിന്നെ ആരാധിച്ചാൽ എന്നെ
പറുദീസയ്ക്കു പുറത്ത് നിർത്തുക

എന്നാൽ ഞാൻ നിന്നെ
നീയായ് അറിഞ്ഞ് സ്നേഹിച്ചാൽ
നിന്റെ നിത്യസൗന്ദര്യം എനിക്ക്
നിരസിക്കാതിരിക്കുക.”

ദൈവത്തെ ഭയപ്പെടുക എന്നത് ദൈവസാമീപ്യമാർഗ്ഗത്തിൽ വിഘാതം സൃഷ്ടിച്ചേക്കുമെന്ന് റാബിയ നിരീക്ഷിച്ചു. ദൈവത്തോടുള്ള അഗാധമായ പ്രണയത്തിലൂടെ ദൈവവുമായി ഐക്യം പ്രാപിക്കാം എന്നാണ് അവർ തന്റെ കവിതകളിലൂടെ പ്രഖ്യാപിക്കുന്നത്. ഇതിലൂടെ ദൈവത്തെ പ്രണയിച്ചുകൊണ്ട് ഉപാസിക്കുക എന്ന ആശയം കൂടുതൽ പ്രചാരം നേടുകയും ചെയ്തു. ആത്മീയതയുടെ ലോകത്ത് പെൺകരുത്തിന്റെ ചരിത്രം സൃഷ്ടിച്ച സർവ്വപരിത്യാഗിയായ റാബിയ ഭക്തിയുടെയും വിരക്തിയുടെയും ദൈവസമർപ്പണത്തിന്റെയും പ്രതീകമാണ്. പിന്നീട് റാബിയ ലോകത്തെമ്പാടുമുള്ള ആത്മീയാന്വേഷികളുടെ പ്രിയങ്കരിയായി മാറി.

ആബിദ പർവ്വീൺ

പാകിസ്ഥാനിലെ സിന്ധ് പ്രവിശ്യയിലുള്ള ലർകാനയിൽ ജനിച്ചു വളർന്ന ആളാണ് സൂഫി ഗായിക ആബിദ പർവ്വീൺ (യു 1954). ദർഗയിൽ പാടിയാണ് വളർന്നത്. ഗുരുവും പിതാവുമായ ഉസ്താദ് ഗുലാം ഹൈദറിനോടൊപ്പം കുട്ടിക്കാലത്ത് ദർഗയിൽ പാടുക പതിവായിരുന്നു. മകളുടെ കഴിവ് മനസ്സിലാക്കിയ പിതാവ് മകളെ തന്റെ പിൻഗാമിയാക്കി. സൂഫികളുടെ ഗസലുകളും കാഫികളുമാണ് ആബിദ ആലപിച്ചിരുന്നത്.

ഖവാലിയിൽ നിന്ന് വ്യത്യസ്തമായി ലളിതമായ ക്രമീകരണമാണ് കാഫിയിൽ. തബലയുടെയും, ഹാർമോണിയത്തിന്റെയും ഡോലക്കിന്റെയും അകമ്പടിയോടെ ഒരാൾ മാത്രം പഞ്ചാബി, സിന്ധി ഭാഷയിലുള്ള സൂഫി കവിതകൾ പറയുന്നതാണ് കാഫി. കാഫികൾ ആബിദയുടെ ആത്മീയാന്വേഷണത്തിന് പ്രേരകമായി. ആബിദ പാടുമ്പോൾ ഭാവതീവ്രതകൊണ്ട് ശ്രോതാക്കൾ ഉന്മാദത്തിലെത്തുന്നു. ഇന്ന് ഇങ്ങനെ പാടാൻ സൂഫി ഗായികമാരിൽ ആബിദ മാത്രം. കാഫി സംഗീതത്തിൽ കിഴക്കിന്റെ അവധൂത ആയിട്ടാണ് യൂറോപ്യന്മാർ ആബിദയെ വാഴ്ത്തുന്നത്.

ഫാഹിമ മിർസായ്

അഫ്ഗാനിസ്ഥാന്റെ തലസ്ഥാനമായ കാബൂളിൽ റൂമിയുടെ പാരമ്പര്യം പിൻപറ്റി ഫാഹിമ മിർസായ് സ്ത്രീകൾക്കായി ഒരു സൂഫിനൃത്ത വിദ്യാലയം ആരംഭിച്ചു. സാമയിലെ വെളുത്ത വസ്ത്രം ധരിച്ച ദർവിഷ് നൃത്തം അവരെ പ്രസിദ്ധയാക്കി.

"എന്റെ ജീവിതവും എന്റെ വിദ്യാർത്ഥികളുടെ ജീവിതവും സാമ മാറ്റിമറിച്ചു. അവർ ആത്മവിശ്വാസം നേടി. വിഷാദരോഗം ബാധിച്ചവരിൽ ചിലരെങ്കിലും ഇപ്പോൾ സന്തുഷ്ടരാണ്." ഫാഹിമ പറഞ്ഞു. സ്ത്രീകളുടെ സൂഫി നൃത്തം സമാധാനത്തിനു വേണ്ടിയുള്ളതാണെന്ന് ഫാഹിമ വിശ്വസിക്കുന്നു., തീവ്രവാദം ഒരു ജനതയേയും ഒരു രാജ്യത്തേയും എങ്ങനെ നശിപ്പിക്കും എന്നതിന്റെ ഉദാഹരണങ്ങളിൽ ഒന്നാണ് അഫ്ഗാ

നിസ്ഥാൻ.

2011 ൽ താലിബാൻ ഭരണം അവസാനിപ്പിച്ചതു മുതൽ സ്ത്രീകൾ കടുത്ത പോരാട്ടത്തിലൂടെ അഫ്ഗാനിസ്ഥാനിൽ ഒട്ടേറെ അവകാശങ്ങൾ നേടിയിട്ടുണ്ട്. എന്നാൽ അമേരിക്ക സൈന്യത്തെ പിൻവലിക്കാൻ തീരുമാനിച്ചതോടെ വീണ്ടും താലിബാൻ ഭരണത്തിൻകീഴിൽ കഴിയേണ്ടി വരുമോയെന്ന ഭയത്തിലും ആശങ്കയിലുമാണ് അഫ്ഗാൻ ജനത.

“രാജ്യത്തിന്റെ വിധി ഇതുവരെ വ്യക്തമല്ല. ഞങ്ങളുടെ എതിരാളികൾ ഞങ്ങളെ ഭ്രാന്തർ എന്നു വിളിക്കുന്നു. ഇത്തരം സമ്പ്രദായങ്ങൾ നിലനില്ക്കരുതെന്ന് പറയുന്നു. പക്ഷേ, ഞങ്ങൾ റൂമിയുടെ പാതയിൽ തുടരും” ഫാഹിമ മിർസായ് പറഞ്ഞു.

ഹേഗിയോഗ്രാഫി

ഒരു സന്ന്യാസിയുടെയോ മതനേതാവിന്റെയോ ജീവചരിത്രമാണ് ഹേഗിയോഗ്രാഫി എന്ന പേരിൽ അറിയപ്പെടുന്നത്. അവർ ആശയപ്രകടനത്തിന് സാധാരണക്കാർ ഉപയോഗിക്കുന്ന പ്രാദേശിക ഭാഷകളാണ് ഉപയോഗിച്ചത്. അതു പലതും വാമൊഴി രൂപത്തിലുള്ളതായിരുന്നു താനും. സന്ന്യാസിമാരുടെ വാങ്മയചിത്രങ്ങൾ ശേഖരിച്ചുവച്ചത് അവരുടെ ശിഷ്യന്മാരോ ആരാധകരോ ആയിരുന്നു. ഈ പാരമ്പര്യം മാറ്റത്തിനു വിധേയമാകാൻ പാകത്തിലുള്ളതായിരുന്നു എന്നതാണ് പ്രധാനപ്പെട്ട മറ്റൊരു കാര്യം. അതിനാൽ മൂലഗ്രന്ഥത്തിലെ ആശയങ്ങൾ ശിഷ്യന്മാരും ആരാധകരും പലപ്പോഴും പുതുക്കിക്കൊണ്ടിരുന്നു. രാഷ്ട്രീയ-സാമൂഹ്യ-സാംസ്കാരിക മാറ്റത്തിനനുസരിച്ച് അവയിൽ പലതും മാറ്റപ്പെടുകയോ ചിലപ്പോൾ ഉപേക്ഷിക്കപ്പെടുകയോ ചെയ്തു. അതുകൊണ്ടുതന്നെ ഈ സ്രോതസ്സുകൾ ഉപയോഗിച്ച് ആശയങ്ങൾ ഗ്രഹിക്കുക എന്നത് ചരിത്രകാരന്മാർക്ക് ഒരു വെല്ലുവിളിയായിരുന്നു. ചരിത്രകാരന്മാർ പലപ്പോഴും സന്ന്യാസിമാരുടെ ജീവചരിത്രത്തേയും ആശ്രയിക്കുന്നു. സന്ന്യാസിമാരുടെ ശിഷ്യർ എഴുതിയതാണ് അവയിൽ അധികവും. അതുകൊണ്ടുതന്നെ അവ മുഴുവൻ സത്യമാകണമെന്നില്ല. പക്ഷേ, പുതുപാതകൾ സൃഷ്ടിച്ച മഹാന്മാരുടെ ജീവിതത്തെ അനുയായികൾ എങ്ങനെയാണു ദർശിച്ചതെന്ന് ഇവയിലൂടെ നമുക്ക് മനസ്സിലാക്കാൻ കഴിയുന്നു.

പുതിയ ചോദ്യങ്ങൾ

ലോകത്ത് സൊറാസ്ട്രിയർ, കോങ്സി, പ്ലേറ്റോ, സോക്രട്ടീസ്, അരിസ്റ്റോട്ടിൽ, മഹാവീരൻ, ബുദ്ധൻ, യേശു, മുഹമ്മദ് തുടങ്ങിയ നിരവധി ചിന്തകർ ജീവിച്ചിരുന്നു. പ്രപഞ്ചത്തിന്റെ ഘടനയെക്കുറിച്ചും അതിന്റെ

നിഗൂഢതകളെക്കുറിച്ചും സങ്കീർണ്ണമായ മനുഷ്യബന്ധങ്ങളെക്കുറിച്ചും ആഴത്തിൽ ചിന്തിച്ചവരാണവർ. വ്യാപാരത്തിന്റേയും നഗരങ്ങളുടേയും വളർച്ച അക്കാലത്തുണ്ടായിട്ടുണ്ട്. സ്വാഭാവികമായും ജനങ്ങളുടെ സാമൂഹ്യ സാമ്പത്തിക ജീവിതത്തിലും മാറ്റങ്ങൾ പ്രകടമായി. ഈ മാറ്റങ്ങളെല്ലാം ഉൾക്കാഴ്ചയോടെ കാണുകയും ശരിയായ രീതിയിൽ മനസ്സിലാക്കുകയും ചെയ്തവരായിരുന്നു മേൽ പറഞ്ഞ ചിന്തകരെല്ലാം.

ജീവിതത്തിന്റെ അർത്ഥം, പുനർജ്ജന്മം, മരണാനന്തര ജീവിതം, ഇങ്ങനെയുള്ള സങ്കീർണ്ണമായ പ്രശ്നങ്ങളെക്കുറിച്ച് അറിയാൻ ജനങ്ങൾ തല്പരരായിരുന്നു. ഇത്തരം പ്രശ്നങ്ങൾ ചൂടുപിടിച്ച ചർച്ചകൾക്ക് വഴിയൊരുക്കി. പരമമായ സത്യത്തിന്റെ സ്വഭാവം മനസ്സിലാക്കാനും വിവരിക്കാനും ചിന്തകർ ഉത്സുകരായിരുന്നു. വ്യവസ്ഥാപിതമായ മതിൽക്കെട്ടിനു പുറത്തുള്ളവർ ഒരു 'പരമമായ സത്യം' ഉണ്ടോ എന്ന് അന്വേഷിച്ചു.

പ്രപഞ്ചത്തിലുള്ള സർവ്വചരാചരങ്ങളുടേയും സ്രഷ്ടാവും പരിപാലകനുമായ ഒരു അദൃശ്യ ശക്തി ഉണ്ടെന്നു വിശ്വസിക്കുന്ന ഒരു സങ്കല്പത്തെയാണ് ദൈവം എന്ന വാക്കുകൊണ്ട് ഉദ്ദേശിക്കുന്നത്. ആദിമ മനുഷ്യർക്ക് പ്രകൃതിയോടുള്ള ഭയത്തിൽ നിന്നുമാണ് ദൈവം എന്ന വിശ്വാസം ഉരുത്തിരിഞ്ഞത്. വിശ്വാസികൾ ദൈവത്തെ മനുഷ്യ ബുദ്ധിയുടെ പരിമിതിയിൽ നിന്നുകൊണ്ട് പൂർണ്ണമായി നിർവ്വചിക്കാനാവാത്ത നിത്യസത്യമാണ് എന്നും സർവ്വനന്മകളുടെയും പൂർണ്ണഭാവമാണ് എന്നും വിശ്വസിക്കുന്നു. ചിലർ ദൈവത്തിന് സംഹാരത്തിന്റെ വിശേഷണങ്ങളും നല്കുന്നു. ശാസ്ത്രീയമായി തെളിക്കപ്പെടാത്ത ദൈവത്തെ അംഗീകരിക്കാത്തവരും ഉണ്ട്. ഓരോരുത്തരും അവരവരുടെ സാഹചര്യവും പാരമ്പര്യവുമനുസരിച്ചു വ്യത്യസ്ത പേരുകളിൽ വിളിച്ചുവെങ്കിലും ശക്തി ഒന്നു തന്നെ ആണെന്നാണ് പല ദൈവവിശ്വാസികൾക്കിടയിലും ഉള്ള പൊതുവായ ധാരണ.

ചിലർ രോഗം, ദാരിദ്ര്യം, ഭയം, പരാജയം തുടങ്ങിയ നിസ്സഹായ അവസ്ഥയിലും മറ്റു ചിലർ സ്വർഗ്ഗം, മോഹം, നരകഭയം, മോക്ഷം, പരമപ്രാപ്തി, നിർവ്വാണം തുടങ്ങിയ സങ്കല്പങ്ങൾക്കു വേണ്ടിയും ദൈവത്തെ ആരാധിക്കുന്നു.

സൂഫികളുടെ ആരാധന

മഅറൂഫൂൽ കർബീ (815) സൂഫിസത്തെ ഇങ്ങനെ നിർവ്വചിച്ചു: "ദൈവിക യാഥാർത്ഥ്യങ്ങളുടെ അവബോധവും മനുഷ്യവിഭവങ്ങളുടെ നിരാകരണവും." അദ്ദേഹം തുടർന്നു: "തത്ത്വജ്ഞാനിക്ക് അനുഗ്രഹമൊന്നുമില്ലെങ്കിൽ അയാൾ സ്വയം എല്ലാ അനുഗ്രഹങ്ങളിലുമാണ്."

ദൈവത്തോട് കൂടുതൽ അടുക്കുന്തോറും ദൈവീകമായ ഒരു പ്രണയാവസ്ഥ കരസ്ഥമാകും. ആ പരമാനന്ദം കണ്ടെത്തുന്ന സത്യാന്വേഷണമാണ് സൂഫികളുടെ ലക്ഷ്യം. ദൈവവുമായുള്ള ഒത്തുചേരൽ സ്നേഹത്തിൽ കൂടിയാണെന്നു സൂഫികൾ വിശ്വസിച്ചു.

> സൂഫിയുടെ പ്രണയവഴികളിൽ പ്രാണനാഥന്റെ സ്മരണയല്ലാതെ മറ്റൊന്നും വിരുന്നെത്തുകയില്ല. വേറെ യാതൊന്നും വേണ്ടതില്ലാത്ത ഹൃദയബോദ്ധ്യത്തിൽ അവൻ സ്വസ്ഥനാവുന്നു. സമ്പൂർണ്ണമായ തൃപ്തിയിലും നിറവിലും ഒരു ഗാനമായ്, നൃത്തമായ്, മൗനധ്യാനമായ്, ആത്മാർപ്പണം ചെയ്യുന്നു.

ഒന്നിലധികം ദൈവങ്ങളിലോ, ദേവതകളിലോ ഉള്ള വിശ്വാസവും ആരാധനയുമാണ് ബഹുദൈവവിശ്വാസം. ബഹുദൈവവിശ്വാസത്തിന്റെ ഭാഗമാണ് വിഗ്രഹാരാധന. ബഹുദൈവവിശ്വാസികൾ, ഈശ്വരൻ, ഭഗവാൻ, ഓംകാരം, പരബ്രഹ്മം, ആദിപരാശക്തി എന്നിങ്ങനെ ദൈവത്തെ വിളിക്കുന്നു. ബഹുദൈവവിശ്വാസം പോലെതന്നെ ലോകത്ത് നിരവധി ഏകദൈവവിശ്വാസമുള്ള മതങ്ങളുണ്ട്. പിതാവ്, യേശുക്രിസ്തു, മിശിഹാ എന്നു ക്രൈസ്തവർ ദൈവത്തെ വിളിക്കുന്നു. ഏകദൈവവിശ്വാസികളായ ജൂതർ, യഹോവ എന്നാണ് ദൈവത്തെ വിളിക്കുന്നത്.

ഏകദൈവവിശ്വാസത്തെ ഒരു മതവും ഇസ്ലാമിനെക്കാൾ പൂർണ്ണമായും അക്ഷരാർത്ഥത്തിലും വ്യാഖ്യാനിച്ചിട്ടില്ല. അറബിഭാഷയിൽ ഏകദൈവത്തെ സൂചിപ്പിക്കുന്ന പദമാണ് അല്ലാഹു. ലോകത്തെമ്പാടുമുള്ള ഇസ്ലാം മതവിശ്വാസികൾ ഏകദൈവത്തെ അല്ലാഹു എന്നുവിളിക്കുന്നു. അവൻ ഏകനാണ് (അൽവാഹിദ്), അവൻ ഒരുവനാണ് (അൽ അഹദ്), അവൻ സർവ്വശക്തനാണ്, പരമകാരുണ്യവാനാണ് (അൽ റഹ്മാൻ), കരുണാവാരിധി (അൽ റഹിം) യുമാണ്.

ഏകദൈവവിശ്വാസമോ, ബഹുദൈവവിശ്വാസമോ ഏതും ആയിക്കൊള്ളട്ടെ, ഒരു ഏകദൈവവിശ്വാസമതം മറ്റു ഏകദൈവവിശ്വാസമതങ്ങളെയോ അല്ലെങ്കിൽ ഒരു ബഹുദൈവ വിശ്വാസമതം മറ്റു ബഹുദൈവവിശ്വാസമതങ്ങളെയോ അംഗീകരിക്കുന്നില്ല എന്നതാണ് പരമാർത്ഥം. പ്രപഞ്ചത്തിലെ സർവ്വചരാചരങ്ങളേയും സൃഷ്ടിച്ച സ്രഷ്ടാവിന്റെ സൃഷ്ടികളാണ് എല്ലാ മതസ്ഥരും (മനുഷ്യരും) എന്ന ബോധത്തിലേക്ക് ഒരു മതവും എത്തിച്ചേരുകയോ ആ സത്യത്തെ അംഗീകരിക്കുകയോ ചെയ്യുന്നില്ല എന്നതാണ് വാസ്തവം. കൂടാതെ ഒരേ മതത്തിൽത്തന്നെയുള്ള ഭിന്നവിഭാഗങ്ങളെ പോലും അംഗീകരിക്കാനും ഒരു മതവും തയ്യാറുമല്ല.

ലോകത്തിലുള്ള എല്ലാ മതത്തിനും അതിന്റേതായ മേന്മകളുണ്ട്. എല്ലാ മതപാരമ്പര്യങ്ങളും മനോഹരമായ സംസ്കാരങ്ങളെയാണ് കാഴ്ചവെക്കുന്നത്. ഒരു മതവും ഒരു മതത്തിനും മുകളിലല്ല. ഒരു ഭൂരിപക്ഷമതം ഒരിക്കലും ഒരു ന്യൂനപക്ഷമതത്തോട്, അത് എത്ര അപ്രധാനമായ സമുദായമായാലും അധീശഭാവത്തോടെ പെരുമാറിക്കൂടാ. മതം അല്ലെങ്കിൽ വിശ്വാസം എന്നത് ഓരോ വ്യക്തിയുടെയും സ്വത്വമാണ്. ആ സ്വത്വബോധത്തെ ചോദ്യം ചെയ്യപ്പെടുന്നത് കാലുഷ്യങ്ങൾ ക്ഷണിച്ചുവരുത്തുക തന്നെയാണ് ചെയ്യുന്നത്. മാനവകുലത്തിന്റെ അടിസ്ഥാനം ബഹുസ്വര

തയാണ്. ആ സത്യം എല്ലാ മതങ്ങളും അംഗീകരിക്കേണ്ടതാണ്. ഇസ്ലാമിനകത്ത് വളർന്നുവന്ന മിസ്റ്റിക്ക് ശാഖയാണ് സൂഫിസം. അതിന്റെ സർവ്വേശ്വരവാദം എല്ലാ മതങ്ങളെയും ചിന്താധാരകളെയും പ്രവാചകന്മാരെയും ഗുരുക്കന്മാരെയും ജ്ഞാനികളെയും ഉൾക്കൊള്ളുന്നുണ്ട്.

ഭക്തി

മതങ്ങളും ദൈവങ്ങളും ഉണ്ടായ പശ്ചാത്തലത്തിലാണ് ഭക്തിയുടെ (പ്രാർത്ഥന) രൂപത്തിലുള്ള ആരാധനാ സമ്പ്രദായങ്ങൾ നിലവിൽ വന്നത്. അതിന് ഏറ്റവും ചുരുങ്ങിയത് ആയിരത്തിൽപ്പരം കൊല്ലങ്ങളുടെ പഴക്കമെങ്കിലുമുണ്ട്. ഭക്തി പ്രകടിപ്പിക്കുന്ന മാർഗ്ഗങ്ങൾ വളരെ വ്യത്യസ്തങ്ങളായിരുന്നു. ക്ഷേത്രത്തിനുള്ളിൽ പ്രതിഷ്ഠിച്ച ദേവരൂപത്തെ ഭക്ത്യാദരപൂർവ്വം പ്രണമിക്കുന്നതു തൊട്ട് 'മതിഭ്രമ'ത്താലുള്ള 'ഉറഞ്ഞുതുള്ളൽ' വരെ ഈ ഭക്തിപ്രകടനം വ്യത്യാസപ്പെട്ടിരിക്കുന്നു. ഭക്തിഗാനങ്ങൾ ഉരുവിടുകയും പാടുകയും ചെയ്യുക എന്നത് അത്തരം ആരാധനാരീതികളുടെ ഭാഗമാണ്. വൈഷ്ണവ-ശൈവ വിഭാഗക്കാരാണ് ഇതിന്റെ മുഖ്യ പ്രയോക്താക്കൾ.

മതത്തെക്കുറിച്ചു സൂക്ഷ്മമായി പഠിച്ച ചരിത്രകാരന്മാർ ഭക്തിപാരമ്പര്യത്തെ സഗുണന്മാർ, നിർഗ്ഗുണന്മാർ എന്നിങ്ങനെ രണ്ടായി വിഭജിക്കുന്നു. സഗുണന്മാർ ശിവനേയും, വിഷ്ണുവിനേയും, വിഷ്ണുവിന്റെ മറ്റവതാരങ്ങളേയും ദേവിയേയും ആരാധിക്കുമ്പോൾ നിർഗ്ഗുണന്മാർ ദൈവത്തെ ഒരു 'അമൂർത്ത (abstract)' രൂപമായിട്ടാണ് ആരാധിക്കുന്നത്.

നിർഗ്ഗുണ ഭക്തിയുടെ വക്താവും സൂഫി സന്ന്യാസിയുമായ കബീർദാസും മലയാളസാഹിത്യത്തിലെ സൂഫി ചിന്തകനായ ബേപ്പൂർ സുൽത്താനേയും പരാമർശിക്കാതെ സൂഫിസം പൂർത്തീകരിക്കാൻ കഴിയില്ല.

കബീർ ദാസ്

വടക്കേന്ത്യയിൽ ഭക്തി പ്രസ്ഥാനത്തിലെ പ്രധാന കവികളിൽ ഒരാളായിരുന്നു കബീർ ദാസ് (ഏകദേശം പതിനാല്-പതിനഞ്ച് നൂറ്റാണ്ട്). സൂഫി-യോഗി പാരമ്പര്യങ്ങളുമായി നിരന്തരമായി നടത്തിയ സംവാദങ്ങളുടേയും തർക്കങ്ങളുടേയും ഫലമായാണ് കബീറിന്റെ ആശയങ്ങൾ രൂപപ്പെട്ടുവന്നത്. കബീറിന്റെ പാരമ്പര്യം പല സംഘങ്ങളും പിന്നീട് പിന്തുടരുകയും ചെയ്തു.

മൂന്നു വ്യത്യസ്ത പാരമ്പര്യങ്ങളിലായിട്ടാണ് കബീറിന്റേതെന്നു കരുതപ്പെടുന്ന കീർത്തനങ്ങൾ ക്രോഡീകരിക്കപ്പെട്ടിട്ടുള്ളത്.

അതിലൊന്ന് വാരാണസിയിലെ കബീർ പാന്ഥ് (കബീറിന്റെ വഴികൾ) ശേഖരിച്ചിട്ടുള്ള 'കബീർ ബീജക്' ആണ്.

രാജസ്ഥാനിലെ 'ദാദു പാന്ഥ്' സമാഹരിച്ചു സംരക്ഷിച്ചിട്ടുള്ളതാണ് 'കബീർ ഗ്രന്ഥാവലി.'

സിഖുകാരുടെ മതഗ്രന്ഥമായ *ആദി ഗ്രന്ഥ സാഹിബി*ലും കബീറിന്റെ കീർത്തനങ്ങൾ കാണാനുണ്ട്.

ഇവയെല്ലാം കബീറിന്റെ മരണശേഷം ക്രോഡീകരിക്കപ്പെട്ടതാണ്.

കബീറിന്റെ മിക്ക രചനകളും പല പ്രാദേശിക ഭാഷകളുടെ സങ്കര ഭാഷയായ സാധുക്കടിയിലും, ചിലത് നിർഗ്ഗുണ ഭക്തി സന്ന്യാസികളുടെ പ്രത്യേക ഭാഷ (സന്ത് ഭാഷ) യിലുമാണ് രചിക്കപ്പെട്ടിട്ടുള്ളത്.

ഹിന്ദി സാഹിത്യത്തിലെ നിർഗ്ഗുണ ഭക്തി കവിയായ അദ്ദേഹത്തിന്റെ വചനങ്ങൾ നമുക്ക് സുപരിചിതമാണ്.

പരമമായ സത്യത്തെ (ultimate reality) വിശദീകരിക്കാൻ പല പാരമ്പര്യങ്ങളും കബീർ ഉപയോഗിക്കുന്നു. അള്ളാ, ഖുദ, ഹസ്റത്ത്, പീർ (ഇസ്ലാമിക്); രാം, അലാഖ്, നിരാകാർ, ബ്രഹ്മൻ, ആത്മൻ (വേദാന്തിക്); ശബ്ദ, ശൂന്യ (യോഗിക്ക്) എന്നീ പദങ്ങളാണ് പരമസത്യത്തെ വിവരിക്കാൻ ഉപയോഗിച്ചിരുന്നത്. കബീറിന്റെ കവിതകളിൽ ഗുരു, സദ് ഗുരു എന്നീ പ്രയോഗങ്ങൾ കാണാമെങ്കിലും ഏതെങ്കിലും ഒരു പ്രത്യേക ഗുരുവിന്റെ പേര് എടുത്തു പറയുന്നില്ല. രാമാനന്ദനും കബീറും സമകാലികരായിരുന്നു എന്ന വാദം പല ചരിത്രകാരന്മാരും അംഗീകരിക്കുന്നില്ല.

ഹിന്ദു–മുസ്ലിം ഐക്യത്തിന്റെ പ്രതീകമായ അദ്ദേഹത്തിന്റെ കവിതകൾ ഇരുമതങ്ങളിലേയും അനാചാരങ്ങളെ ശക്തമായി എതിർക്കുകയും ചെയ്യുന്നു. ദൈവീകത്വത്തെ കണ്ടെത്താനുള്ള ശ്രമത്തിൽ, കാലഹരണപ്പെട്ട മത–സാമൂഹ്യ സ്ഥാപനങ്ങളേയും ആശയങ്ങളേയും ചോദ്യം ചെയ്യുന്നവർക്ക് കബീറിന്റെ കൃതികൾ അന്നും ഇന്നും പ്രചോദനമേകുന്നു എന്നതാണ് പ്രധാനം.

ബേപ്പൂർ സുൽത്താൻ–വൈക്കം മുഹമ്മദ് ബഷീർ

വൈലാലിലെ മാങ്കോസ്റ്റിൻ മരച്ചോട്ടിലെ ചാരുകസേരയിൽ കിടന്ന്, ഗ്രാമഫോണിലൂടെ സൈഗാളിന്റെ 'സോജാ രാജകുമാരി' കേട്ടും സുലൈമാനി കുടിച്ചും, കഥകളുടെ ലോകത്തു സഞ്ചരിക്കുന്ന ബേപ്പൂർ സുൽത്താൻ മലയാളസാഹിത്യത്തിന് എന്നുമൊരു വിസ്മയമാണ്. മലയാള സാഹിത്യ രംഗത്ത് തന്റേതായ ശൈലികൊണ്ടും പദങ്ങൾകൊണ്ടും സ്വന്തമായ സാമ്രാജ്യം സ്ഥാപിച്ച സുൽത്താനാണ് വൈക്കം മുഹമ്മദ് ബഷീർ. ആധുനിക മലയാള സാഹിത്യത്തിൽ ഏറ്റവും കൂടുതൽ ആളുകൾ വായിക്കപ്പെട്ട പുസ്തകങ്ങൾ അദ്ദേഹത്തിന്റേതായിരിക്കും.

ഇന്ത്യാ മഹാരാജ്യത്ത് മുഴുവൻ ചുറ്റിക്കറങ്ങി, പല തൊഴിലുകൾ ചെയ്തും, ഹിന്ദു സന്ന്യാസിമാരുടേയും സൂഫികളുടേയും കൂടെ ജീവിച്ചും അദ്ദേഹത്തിനുണ്ടായ അനുഭവങ്ങൾ സാഹിത്യരചനയ്ക്ക് മുതൽക്കൂട്ടായി. ബഷീറിന്റെ കൃതികളിലൂടെയാണ് മലയാള സാഹിത്യത്തിൽ സൂഫി സ്വാധീനം വർദ്ധിച്ചത്. ഒരു സൂഫി ചിന്തകനായ അദ്ദേഹത്തിന്റെ കാഴ്ചപ്പാടിൽ ജീവിതമെന്നത് അനന്തമായ പ്രാർത്ഥനയാണ്.

പ്രകൃതിയുമായുള്ള പൊക്കിൾക്കൊടി ബന്ധം മറന്ന്, സർവ്വജീവ

ജാലങ്ങളെയും കൊന്നൊടുക്കുന്ന മനുഷ്യനോട് *ഭൂമിയുടെ അവകാശികൾ* എന്ന കൃതിയിലൂടെ ലോകത്തുള്ള സകല ജീവിവർഗ്ഗങ്ങളും ഭൂമിയുടെ അവകാശികളാണെന്ന് ഓർമ്മപ്പെടുത്തുന്നു.

സമൂഹത്തിന്റെ അടിത്തട്ടിൽ ജീവിക്കുന്ന മനുഷ്യരുടെ കഥകൾ ലളിതമായ ഭാഷയിൽ അവതരിപ്പിച്ചു നമ്മെ ചിരിപ്പിക്കുകയും, കരയിപ്പിക്കുകയും, ചിന്തിപ്പിക്കുകയും ചെയ്ത കഥാകാരനാണ് ബഷീർ. സവർണ്ണ വരേണ്യ ഭാഷകളിൽ മാത്രം ഒതുങ്ങി നിന്നിരുന്ന മലയാളസാഹിത്യത്തിനും, മുസ്ലിം കഥാപാത്രങ്ങളെ മാത്രം വില്ലന്മാരായി ചിത്രീകരിക്കുന്ന പ്രവണതകളിൽനിന്നും നോവലുകൾക്കും മോചനം നല്കിയത് അദ്ദേഹമാണ്. മുസ്ലിം കഥാപാത്രങ്ങൾ നിറഞ്ഞു നിന്നിരുന്ന കഥകളിലൂടെ മുസ്ലിം സമുദായത്തിലെ അന്ധവിശ്വാസങ്ങളേയും അനാചാരങ്ങളേയും ഹാസ്യത്തിന്റെ രൂപത്തിൽ ബഷീർ രൂക്ഷമായി വിമർശിച്ചിരുന്നു.

എ ആർ റഹ്മാൻ

പ്രമുഖ ഇന്ത്യൻ സംഗീത സംവിധായകനും, ഗായകനും, ഗാനരചയിതാവും, സർവ്വോപരി ഓസ്കാർ അവാർഡ് ജേതാവുമായ എ ആർ റഹ്മാൻ സൂഫിസത്തെക്കുറിച്ചുള്ള അനുഭവം പങ്കുവെക്കുന്നു. ആത്മീയതയും കവിതയും പ്രണയവും സംഗീതവും ചേർന്നതാണ് സൂഫികളുടെ ലോകം. സൂഫിസത്തിലൂന്നിയ ഇസ്ലാം മതവിശ്വാസം തെരഞ്ഞെടുത്തതു വഴി ലളിതമായതും, താഴ്മയുള്ളതുമായ ഒരു ജീവിതം നയിക്കുകയാണ് താൻ എന്നാണ് എ ആർ റഹ്മാൻ പറയുന്നത്. സൂഫിസത്തിന്റെ സ്വാധീനങ്ങൾ റഹ്മാൻ സംഗീതത്തിലും വളരെയേറെ പ്രതിഫലിപ്പിക്കുന്നുണ്ട്. റഹ്മാൻ സംഗീതം കൊടുത്തിട്ടുള്ള പിയാ ഹാജി, കുൻ ഫയാകുൻ, ഖ്വാജാ മേരെ ഖ്വാജാ, മർഹബ യാ മുസ്തഫ തുടങ്ങിയ പാട്ടുകൾ സൂഫി സംഗീതത്തിന്റെ ഈണത്തിലും രീതിയിലുമാണ്

റഹ്മാൻ തുടർന്നു:

> ഇസ്ലാം ഒരു കടലാണ്. അതിൽ ധാരാളം വിഭാഗങ്ങളുണ്ട്. ഏതാണ്ട് എഴുപതോളം വിഭാഗങ്ങൾ. ഞാൻ സൂഫിസത്തിൽ വിശ്വസിക്കുന്നയാളാണ്, സൂഫി തത്ത്വചിന്തകൾ പ്രണയത്തിൽ അധിഷ്ഠിതമാണ്. ഈ തത്ത്വചിന്തയിൽ അധിഷ്ഠിതമായ ജീവിതമാണ് ഇന്നു കാണുന്ന എന്നെ രൂപപ്പെടുത്തിയത്. തീർച്ചയായും ഒരു പാട് കാര്യങ്ങൾ നടക്കുന്നുണ്ട്. അത് മിക്കപ്പോഴും രാഷ്ട്രീയമാണെന്നാണ് ഞാൻ കരുതുന്നത്.

ഇസ്ലാം മതം
ഹിജ്റ കലണ്ടർ

എ ഡി 622 ന് മുഹമ്മദ് നബിയും അനുയായികളും മെക്കയിൽ നിന്ന് മദീനയിലേക്ക് പലായനം ചെയ്തു. 'ഹിജ്റ' എന്നറിയപ്പെടുന്ന ഈ സംഭവം ഇസ്ലാമിന്റെ ചരിത്രത്തിലെ ഒരു വഴിത്തിരിവായിരുന്നു. മുഹമ്മദ് നബി മദീനയിലെത്തിയ വർഷം (622) ഹിജ്റ എന്ന പേരുള്ള മുസ്ലിം കലണ്ടറിനു തുടക്കംകുറിച്ചു.

ഖലീഫ ഉമ്മറിന്റെ കാലത്താണ് ഹിജ്റ കലണ്ടർ നിലവിൽ വന്നത് (16 Thursday 07–622 or 1–1–1AH). ഹിജ്റ തീയതി കലണ്ടറിൽ കാണിക്കാൻ AH എന്ന അക്ഷരങ്ങളാണ് ഉപയോഗിച്ചിട്ടുള്ളത്. ചന്ദ്രവർഷത്തെ അടിസ്ഥാനപ്പെടുത്തിയാണ് ഹിജ്റ കലണ്ടർ. ഒരു വർഷത്തിന് 354 ദിവസങ്ങൾ, 12 മാസങ്ങൾ (മുഹ്റം മുതൽ ദുൽഹജ് വരെ). ഓരോ മാസത്തിനും 29 അല്ലെങ്കിൽ 30 ദിവസങ്ങൾ. സൂര്യാസ്തമയത്തോടുകൂടി ഓരോ ദിവസവും ആരംഭിക്കുന്നു. മാസപ്പിറയെ (ചന്ദ്രപ്പിറ) അടിസ്ഥാനമാക്കിയാണ് ഓരോ മാസവും ആരംഭിക്കുന്നത്. ഹിജ്റ വർഷത്തിന് സൂര്യവർഷത്തെക്കാൾ 11 ദിവസം കുറവാണ്. അതുകൊണ്ട് ഇസ്ലാമിക ആഘോഷങ്ങൾ (റംസാൻ, ഈദ്, ബക്രീദ്) ഏതു ഋതുക്കളിലും വരാം. ഹിജ്റ തീയതികളെ ഗ്രിഗേറിയൻ (ഇംഗ്ലീഷ് കലണ്ടർ) തീയതിയുമായി താരതമ്യപ്പെടുത്താൻ ബുദ്ധിമുട്ടാണ്.

ഇസ്ലാമിക മതാചാരങ്ങൾ (റംസാൻ, ഹജ്ജ്) കാലാവസ്ഥയുടെ പ്രത്യേകതകൾ പറഞ്ഞ് ഒഴിഞ്ഞു നില്ക്കാതെ എല്ലാവർക്കും അനുഷ്ഠിക്കാൻ വേണ്ടിയാണ് ചന്ദ്രവർഷത്തെ അടിസ്ഥാനപ്പെടുത്തി ഹിജ്റ കലണ്ടർ നിർമ്മിച്ചിരിക്കുന്നത്.

ഇസ്ലാമിലെ കർമ്മാനുഷ്ഠാനങ്ങൾ

ഇസ്ലാമിലെ പഞ്ചസ്തംഭങ്ങൾ (Pillars of Islam)

ഷഹാദത്തു കലിമ

'ലാ ഇലാഹ ഇല്ലല്ലാഹു മുഹമ്മദ് റസൂലുല്ലാഹ്' – ഈ പ്രാർത്ഥനയിലൂടെ അല്ലാഹു അല്ലാതെ ആരാധനയ്ക്കർഹൻ മറ്റാരുമില്ല. മുഹമ്മദ് അല്ലാഹുവിന്റെ പ്രവാചകൻ ആണെന്ന് അംഗീകരിക്കുകയാണ്. ഇതാണ് സർവ്വോപരിയും സർവ്വപ്രധാനവുമായി ഒരു മുസ്ലിം വിശ്വസിക്കേണ്ടത്. ഓരോ മുസ്ലിമും പിറന്നുവീഴുമ്പോഴും ലോകത്തുനിന്നു മരിച്ചു പിരിയുമ്പോഴും കേൾക്കേണ്ട വചനമാണിത്.

പ്രാർത്ഥന

ഇസ്ലാമിലെ കർമ്മാനുഷ്ഠാനങ്ങളിൽ അതിപ്രധാനമായ സ്ഥാനമാണ് പ്രാർത്ഥനയ്ക്കു നല്കിയിട്ടുള്ളത്. മനുഷ്യവംശത്തിന്റെ ആരംഭകാലം മുതൽ തന്നെ പ്രാർത്ഥന ഒരു രൂപത്തിൽ അല്ലെങ്കിൽ മറ്റൊരു രൂപത്തിൽ നിലനിന്നിരുന്നതായി കാണാം. ദിവസേന അഞ്ചു പ്രാവശ്യം (സുബഹ്, ളുഹർ, അസർ, മഗരീബ്, ഇഷാ) കഅബയെ ലക്ഷ്യമാക്കിക്കൊണ്ട് അല്ലാഹുവിനോട് പ്രാർത്ഥന നടത്തുവാൻ മുസ്ലിമുകൾ കടമപ്പെട്ടിരിക്കുന്നു. വിശ്വാസികൾ കൂട്ടമായി നിർവ്വഹിക്കേണ്ട നമസ്കാരങ്ങളുടെ സമയങ്ങളിൽ മസ്ജിദുകളിൽ നിന്ന് ബാങ്കുവിളി ഉയർന്നുകേൾക്കാം. വെള്ളിയാഴ്ചകളിലെ ജുമുഅ നമസ്കാരത്തിനും സവിശേഷ പ്രാധാന്യമുണ്ട്. സാമൂഹ്യ-രാഷ്ട്രീയ പ്രശ്നങ്ങൾ ചർച്ച ചെയ്യുവാനുള്ള സന്ദർഭമായും ജുമുഅ നമസ്കാരത്തെ കരുതാവുന്നതാണ്. ഈദുൾഫിത്തർ, ഈദുൾ അസ്ഹ എന്നീ പെരുന്നാൾ ദിവസങ്ങളിലും പ്രത്യേക പ്രാർത്ഥനകൾ സംഘടിപ്പിച്ചു പോരുന്നു. ലോകത്തെങ്ങുമുള്ള മുസ്ലിം ജനതയുടെ ഏകതയാർന്ന പ്രാർത്ഥനാരീതി അവരെ വൈകാരികമായി ഏകീകരിക്കുവാൻ സഹായകമാണ്. ഒന്നിച്ചുള്ള പ്രാർത്ഥന അവരുടെ സാമൂഹ്യ ബന്ധത്തെ അരക്കിട്ട് ഉറപ്പിക്കുന്നു. യാചകനും രാജാവിനും ഉയർന്നവനും താഴ്ന്നവനുമെല്ലാം യാതൊരു വ്യത്യാസവും കൂടാതെ ദൈവസന്നിധിയിൽ പ്രാർത്ഥിക്കുമ്പോൾ ഒരു പൊതു സാഹോദര്യം അവിടെ ഉടലെടുക്കുകയാണ്. ലോകത്തെമ്പാടുമുള്ള മുസ്ലിമുകൾ കഅബ എന്ന ഒരേ കേന്ദ്രത്തെ ലക്ഷ്യമാക്കി പ്രാർത്ഥിക്കുന്ന സമ്പ്രദായം അവരിൽ ഐക്യബോധം വളർത്തുവാൻ സഹായിക്കുന്നു.

ഒന്നാം ഇസ്ലാമിക നൂറ്റാണ്ടിൽ പള്ളി ഒരു സവിശേഷ വാസ്തുശില്പ രൂപം കൈവരിച്ചു കഴിഞ്ഞിരുന്നു. പള്ളിക്ക് സാധാരണയായി ഒരു തുറന്ന മുറ്റവും (court yard) അവിടെ ഒരു ജലധാരയോ, കുളമോ ഉണ്ടായിരിക്കുകയും ചെയ്യും. ആരാധകരുടെ നീണ്ട നിരയെയും പ്രാർത്ഥനയ്ക്ക് നേതൃത്വം നല്കുന്ന ഇമാമിനെയും ഉൾക്കൊള്ളാൻ കഴിയുന്ന ഒരു ആർച്ച് വെച്ച ഹാളും (vaulted hall) ആണ് പള്ളിയുടെ മറ്റൊരു സവിശേഷത.

ഹാളിനകത്തും രണ്ടു സവിശേഷതകൾ കാണാം. ഒന്ന്, മെക്ക ഏതു ഭാഗത്താണെന്നു സൂചിപ്പിക്കുന്ന ചുമരിന്മേലുള്ള ഒരു നീഷെ (കുഴി–മിഹ്റാബ് –Mihrab.) ആണ്. രണ്ടാമത്തേത് പ്രസംഗവേദി അല്ലെങ്കിൽ മിൻബർ (Minbar) ആണ്. വെള്ളിയാഴ്ച ഉച്ചയ്ക്കുള്ള പ്രാർത്ഥനാ (Juma) സമയത്ത് ഇവിടെ നിന്ന് പ്രസംഗം (Khutba) നടത്തും. ഇതിനോടു ചേർന്നു ഒരു മിനാരം (Minaret) ഉണ്ടാകും. വിശ്വാസികളോടു നിശ്ചിത സമയത്തുള്ള പ്രാർത്ഥനയ്ക്ക് (ബാങ്ക്) ഇവിടെ നിന്നാണു അറിയിപ്പു നല്കുക.

വ്രതം

ഇസ്ലാം എന്ന പ്രസ്ഥാനത്തെ താങ്ങിനിർത്തുന്നത് റംസാൻ മാസത്തിലെ വ്രതാനുഷ്ഠാനമാണ്. ഈ മാസത്തിലാണ് *ഖുർആ*ന്റെ വെളിപാട് മുഹമ്മദ് നബിക്കു ലഭിച്ചത്. റംസാൻ മാസം ആരംഭിക്കുന്നത് ചന്ദ്രപിറവിയോടുകൂടിയാണ്. റംസാൻ മുഴുവൻ ഭക്ഷ്യപാനീയങ്ങൾ ഉപേക്ഷിച്ച് പ്രഭാതം മുതൽ പ്രദോഷം വരെ നീണ്ടു നില്ക്കുന്ന വ്രതം അനുഷ്ഠിക്കുന്നു. മാനസികവും, ശാരീരികവുമായ പരിശുദ്ധി പൂർണ്ണമായും പരിരക്ഷിച്ചില്ലെങ്കിൽ വ്രതാനുഷ്ഠാനം നിഷ്ഫലമായിത്തീരും. വ്രതാനുഷ്ഠാനംകൊണ്ട് പ്രാഥമികമായി ഉദ്ദേശിക്കുന്നത് ആത്മീയമായ ശിക്ഷണബോധം ഉളവാക്കുക എന്നതാണ്. ദുഷിച്ച മാർഗ്ഗങ്ങളിൽ നിന്നെല്ലാം മനുഷ്യനെ പിന്തിരിപ്പിക്കുവാനുള്ള ശക്തി അതിനുണ്ടെന്നും പ്രവാചകൻ പ്രസ്താവിച്ചിട്ടുണ്ട്. ശാരീരികമായും വ്രതാനുഷ്ഠാനത്തിന് വളരെ പ്രാധാന്യമാണുള്ളത്. ഷവ്വാൽ മാസത്തിന്റെ ആരംഭദിനം വ്രതാനുഷ്ഠാനത്തിന് അന്ത്യത്തേയും ഈദ്–ഉൽ–ഫിത്ർ എന്ന പെരുന്നാൾ ദിനത്തേയുംകുറിക്കുന്നു. ഈ ദിവസം മുസ്ലിങ്ങൾ പുതുവസ്ത്രങ്ങളണിഞ്ഞ് ഉല്ലാസഭരിതരായി തുറസ്സായ സ്ഥലത്തോ അല്ലെങ്കിൽ പള്ളിയിലോ കൂട്ടപ്രാർത്ഥന നടത്തും.

സക്കാത്ത്

സ്വന്തം ആവശ്യങ്ങൾ നിറവേറ്റിയതിനു ശേഷമുള്ള സമ്പത്തിന്റെ രണ്ടര ശതമാനം എല്ലാ വർഷവും ദാനം ചെയ്യണമെന്നാണ് *ഖുർആ*ന്റെ വിധി. പണത്തിനു പുറമെ സ്വർണ്ണം, വെള്ളി, കൃഷി, കന്നുകാലി, കച്ചവട സാധനങ്ങൾ എന്നിവയിൽനിന്നു സക്കാത്ത് നല്കാൻ മുസ്ലിങ്ങൾ ബാദ്ധ്യസ്ഥരാണ്. അറേബ്യയിൽ ഇസ്ലാമികസാമ്രാജ്യം സ്ഥാപിതമായതിനുശേഷം സക്കാത്ത് ജനങ്ങളിൽനിന്ന് പിരിച്ചെടുക്കുന്നതിനും പാവപ്പെട്ടവർക്ക് വിതരണം ചെയ്യുന്നതിനുമായി ഒരു പ്രത്യേക വകുപ്പ് പ്രവർത്തിച്ചിരുന്നതായി കാണാം. ഇസ്ലാമിലെ സാമ്പത്തിക സിദ്ധാന്തത്തിന്റെ നട്ടെല്ലാണ് സക്കാത്ത് എന്ന ആശയം. നിയമാനുസൃതമായി ദാനം ചെയ്യാത്ത ഒരു മുസ്ലിമിന്റെ പ്രാർത്ഥന നിരർത്ഥകമായിത്തീരുമെന്ന് *ഖുർആൻ* അനുശാസിക്കുന്നു. സമ്പത്ത് ന്യൂനപക്ഷത്തിന്റെ കൈകളിൽ കേന്ദ്രീകരിക്കുവാൻ അനുവദിക്കാതെ, സമൂഹത്തിന്റെ പൊതുവായ സാമ്പ

ത്തിക സുരക്ഷിതത്വം ഉറപ്പുവരുത്തുന്നതിനുവേണ്ടി സൃഷ്ടിച്ച ആരാധനാകർമ്മമാണ് സക്കാത്ത്. സക്കാത്ത് ധനികന്റെ കടമയും ദരിദ്രന്റെ അവകാശവുമാണ്. ഇതിലൂടെ പാവപ്പെട്ടവർ ഗതിയില്ലാതെ യാചിക്കുകയോ മോഷ്ടിക്കുകയോ ചെയ്യാൻ നിർബ്ബന്ധിതരാക്കാതെ, അവരെ സംരക്ഷിക്കാനുള്ള ധാർമ്മികമായ ചുമതല സമൂഹം ഏറ്റെടുക്കുന്നു.

ഹജ്ജ്

ജീവിതത്തിൽ ഒരിക്കലെങ്കിലും ഹജ്ജ് ചെയ്യണമെന്നാണ് നിയമം അനുശാസിക്കുന്നതെങ്കിലും ഇത് എല്ലാവർക്കും ബാധകമല്ല. സാമ്പത്തിക ശേഷിയും ആരോഗ്യവുമുള്ളവരൊക്കെ ഒരിക്കലെങ്കിലും ഹജ്ജ് ചെയ്യണമെന്നത് ഇസ്ലാമിൽ നിർബ്ബന്ധമാണ്. എല്ലാ വർഷവും ദുൽഹജ്ജ് മാസത്തിൽ ലോകത്തിന്റെ നാനാഭാഗങ്ങളിൽ നിന്ന് മെക്കയിലെത്തുന്ന ഭക്തന്മാർ വർഗ്ഗ-സാമ്പത്തിക വ്യത്യാസങ്ങളൊന്നും കൂടാതെ ശുഭവസ്ത്രധാരികളായി ഒത്തുകൂടി ഇസ്ലാമിലെ സമഭാവന വിളംബരം ചെയ്ത് ഹജ്ജ് കർമ്മം അനുഷ്ഠിക്കുന്നു. ലോകമെങ്ങും വ്യാപിച്ചിട്ടുള്ള ഒരു മതമാണ് ഇസ്ലാം. പല വർഗ്ഗങ്ങളിലും വംശങ്ങളിലും പെട്ട മുസ്ലിങ്ങൾ സ്വാഭാവികമായും വ്യത്യസ്ത സാംസ്കാരിക പശ്ചാത്തലത്തിൽ ജീവിക്കുന്നവരാണ്. അവർക്കെല്ലാം ഒരേ വേദിയിൽ സമ്മേളിക്കുവാനും പരസ്പരം അടുത്തറിയാനുമുള്ള ഒരു സുവർണ്ണാവസരം ഹജ്ജ് പ്രദാനം ചെയ്യുന്നു.

ഈമാൻ കാര്യങ്ങൾ (Six beliefs)

ഇസ്ലാം മതവിശ്വാസികൾ പിന്തുടരണമെന്നു *ഖുർആൻ* നിർദ്ദേശിക്കുന്ന ആറ് നിർബ്ബന്ധ വിശ്വാസങ്ങളെയാണ് 'ഈമാൻ' കാര്യങ്ങൾ എന്നു പറയുന്നത്. 'ഈമാൻ' എന്നാൽ 'വിശ്വാസം' എന്നാണർത്ഥം.

1. അല്ലാഹുവിൽ വിശ്വസിക്കുക.
2. മലക്കുകളിൽ വിശ്വസിക്കുക.
3. വേദഗ്രന്ഥങ്ങളിൽ വിശ്വസിക്കുക.

ഖുർആൻ വെളിപ്പെടുന്നതിനുമുൻപ് മറ്റു മൂന്നു ദൈവീകഗ്രന്ഥങ്ങൾ ലോകത്തിന് പ്രവാചകന്മാർ വഴി ലഭിച്ചിട്ടുണ്ട്. ദാവൂദ് നബിക്കു ലഭിച്ച *സബൂർ (Psalms)* എന്ന ഗ്രന്ഥവും മൂസാനബിക്കു ലഭിച്ച *തൗറാത് (Old Testement)* എന്ന ഗ്രന്ഥവും ഈസാനബിക്ക് ലഭിച്ച *ഇഞ്ചീൽ* (*Bible*) എന്ന ഗ്രന്ഥവുമാണ് അവ. ഈ ഗ്രന്ഥങ്ങളിലൂടെ മനുഷ്യർക്കു നല്കിയ പ്രബോധനങ്ങൾ *ഖുർആ*ന്റെ അവതരണത്തോടെ പരിപൂർണ്ണതയിൽ എത്തിച്ചേർന്നു എന്ന് മുസ്ലിങ്ങൾ വിശ്വസിക്കുന്നു.

4. പ്രവാചകരിൽ വിശ്വസിക്കുക.

മുഹമ്മദ് നബിക്ക് മുമ്പുള്ള എല്ലാ പ്രവാചകന്മാരിലും വിശ്വസിക്കുക.

5. ഗുണവും ദോഷവും അല്ലാഹുവിന്റെ നിശ്ചയപ്രകാരമാണെന്ന് വിശ്വസിക്കുക.

നന്മയും തിന്മയും എല്ലാ കാര്യങ്ങളും ദൈവത്തിൽ നിന്നാണെന്ന് വിശ്വസിക്കുക.

സുഖദുഃഖങ്ങൾ ജീവിതത്തിൽ ദൈവഹിതമനുസരിച്ച് അനിവാര്യമായി സംഭവിക്കുന്നവയാണ്. കർമ്മങ്ങൾ അനുഷ്ഠിക്കുവാനുള്ള സ്വാതന്ത്ര്യം മനുഷ്യന് നല്കപ്പെട്ടിട്ടുണ്ടെങ്കിലും അവയെ വിലയിരുത്തുന്നതും അവർക്ക് പ്രതിഫലം നല്കുന്നതും ദൈവനീതിക്ക് അനുസൃതമായിട്ടായിരിക്കും.

6. അന്ത്യനാളുകളിൽ വിശ്വസിക്കുക.

ഇസ്ലാമികവിശ്വാസപ്രകാരം ദൈവഹിതമനുസരിച്ച് ഒരിക്കൽ ഈ ലോകം പൂർണ്ണമായും നശിപ്പിക്കപ്പെടും അതാണ് അന്ത്യദിനം. അതിനുശേഷം എല്ലാ മനുഷ്യർക്കും പുനർജ്ജന്മം നല്കപ്പെട്ട് എല്ലാവർക്കും അവരുടെ പ്രവർത്തിക്കനുസരിച്ചുള്ള പ്രതിഫലം നല്കപ്പെടുകയും ചെയ്യുന്നു. ഇഹലോക ജീവിതത്തിൽ സൽപ്രവൃത്തികൾ ചെയ്തവർക്ക് സ്വർഗ്ഗജീവിതവും ദുഷ്കൃത്യങ്ങളിൽ വ്യാപൃതരായവർക്ക് നരകജീവിതവുമാണ് സമ്മാനിക്കുക. ലോകജീവിതത്തെ കടിഞ്ഞാണിട്ടു നിയന്ത്രിക്കുന്നതിനുവേണ്ടിയാണ് കർമ്മഫലത്തെപ്പറ്റിയുള്ള വിശ്വാസം മുസ്ലിങ്ങൾക്ക് നിർബ്ബന്ധിതമാക്കിയിരിക്കുന്നത്.

മുഅതസില

ഇസ്ലാമിലെ മുഅതസില (mutasila) വിഭാഗത്തിലെ പണ്ഡിതരും പരലോകചിന്തകളെ എതിർക്കുന്നു. മുഅതസില പോലെയുള്ള മതാത്മക മനഃസ്ഥിതിയുള്ള പണ്ഡിതസംഘം ഗ്രീക്കു ന്യായശാസ്ത്രവും (Logic) യുക്താധിഷ്ഠിത രീതികളും (Methods of reasoning) ഇസ്ലാമിക വിശ്വാസങ്ങളെ യുക്തിഭദ്രമാക്കാൻ വിനിയോഗിച്ചു. ദാർശനികന്മാർ ആഴത്തിലുള്ള ചോദ്യങ്ങൾക്ക് നൂതന ഉത്തരങ്ങൾ കണ്ടെത്തി. മതവിശ്വാസത്തെക്കാൾ ശാസ്ത്രത്തിന് പ്രാമുഖ്യം നല്കിയിരുന്ന ഇസ്ലാമിലെ ചിന്താധാരയാണ് ഇത്. ഒരു ഭിഷഗ്വരനും ശാസ്ത്രജ്ഞനും കവിയും ദാർശനികനുമായ ഇബ്ൻസിന (Avicenna), അന്ത്യനാളുകളിലെ ഉയിർത്തെഴുന്നേല്പിൽ വിശ്വസിച്ചില്ല. മതപണ്ഡിതന്മാർ ഇതിനെ നഖശിഖാന്തം എതിർത്തു.

ഇബ്ൻസിന

മദ്ധ്യകാല വൈദ്യശാസ്ത്രത്തിന്റെ പിതാവ് എന്നറിയപ്പെടുന്ന ഇബ്ൻസിന (ജനനം 980 ബുക്കാറ, ഉസ്ബെക്കിസ്ഥാൻ–മരണം 1037 ഹമദാൻ, ഇറാഖ്) ഗ്രീക്ക്, പേർഷ്യൻ, മെസപ്പൊട്ടോമിയൻ വൈദ്യശാസ്ത്ര സിദ്ധാന്തങ്ങൾ കൂട്ടിയിണക്കി ഒരു പുതിയ വൈദ്യസമ്പ്രദായം വികസിപ്പിച്ചെടുത്തു. അദ്ദേഹത്തിന്റെ വൈദ്യശാസ്ത്ര ഗ്രന്ഥങ്ങൾ വ്യാപകമായി വായിക്കപ്പെട്ടു. ഇവയിൽ ഏറ്റവും ശ്രദ്ധേയം ഒരു മില്ല്യൻ (10 ലക്ഷം) വാക്കുകളുള്ള *അൽ ഖാനൂൻ ഫിൽ തിബ്ബ് The Canon of medi-*

cine എന്ന വൈദ്യശാസ്ത്ര നിയമം ആണ്. അഞ്ച് വാല്യങ്ങളുള്ള *കാനോൻ*, നൂറ്റാണ്ടുകളോളം ഒരു വൈദ്യശാസ്ത്ര ആധികാരിക ഗ്രന്ഥമായി തുടർന്നു. അക്കാലത്ത് വില്ക്കപ്പെട്ടിരുന്ന 760 മരുന്നുകളെപ്പറ്റിയും, ആശുപത്രികളിൽ അദ്ദേഹം നേരിട്ടു നടത്തിയ പരീക്ഷണങ്ങളെപ്പറ്റിയും അതിൽ പ്രതിപാദിക്കുന്നുണ്ട്. ഭക്ഷണ നിയന്ത്രണത്തിന്റെ പ്രാധാന്യത്തെപ്പറ്റിയും കാലാവസ്ഥയ്ക്കും പരിസ്ഥിതിക്കും മനുഷ്യാരോഗ്യത്തിന്മേലുള്ള സ്വാധീനത്തേക്കുറിച്ചും, വിവിധ തരത്തിലുള്ള പനി, വിഷം തുടങ്ങിയവ മനുഷ്യശരീരത്തെ എങ്ങനെ ബാധിക്കുന്നു എന്നതിനെക്കുറിച്ചും, ചില രോഗങ്ങളുടെ പകരുന്ന സ്വഭാവത്തെക്കുറിച്ചും ഈ ഗ്രന്ഥം വിശദമായി വിവരങ്ങൾ നല്കുന്നു. നഗ്നനേത്രങ്ങൾക്ക് ഗോചരമല്ലാത്ത സൂക്ഷ്മകണങ്ങൾ മനുഷ്യരിൽനിന്ന് മനുഷ്യരിലേക്ക് രോഗം വ്യാപിപ്പിക്കുന്നത് തടയാൻ ആളുകളെ 40 ദിവസത്തേക്ക് ക്വാറന്റൈൻ ചെയ്യുന്ന രീതി അദ്ദേഹം ഉപയോഗിച്ചു. ക്വാറന്റീന (quarantena) എന്ന ഇറ്റാലിയൻ വാക്കിൽ നിന്നാണ് ക്വാറന്റൈൻ എന്ന പദം വന്നത്. ക്വാറന്റൈൻ എന്ന വാക്ക് ഇറ്റാലിയൻ പദമാണെങ്കിലും 1025 ൽ ഇബ്ൻസിന എഴുതിയ (*The Canon of medicine*) എന്ന ഗ്രന്ഥത്തിൽ നിന്നാണ് ഉത്ഭവിച്ചത്. പകർച്ചവ്യാധിയുടെ കാലഘട്ടത്തിൽ പലായനങ്ങൾ കർശനമായി നിരോധിച്ചില്ലെങ്കിൽ രോഗം മറ്റു ഭൂപ്രദേശങ്ങളിൽ വ്യാപിക്കുകയും മഹാമാരിയായി മാറുകയും ചെയ്യും.

സാംസ്കാരിക വിനിമയത്തിലൂടെ നിരവധി അറബ് ഗ്രന്ഥങ്ങളോടൊപ്പം ഇബ്ൻസിനയുടെ *കാനോനും* യൂറോപ്യൻ നവോത്ഥാനത്തിന്റെ ഉറവിടമായ ഇറ്റലിയിൽ എത്തിച്ചേർന്നു. അവർ അദ്ദേഹത്തിന്റെ ഇബ്ൻസിന എന്ന പേര് മാറ്റി ലാറ്റിനിൽ *അവിസെന്ന* (*Avicenna*) എന്ന പേരിലാണ് ഗ്രന്ഥം 12–ാം നൂറ്റാണ്ടിൽ പ്രസിദ്ധീകരിച്ചത്. ഈ ഗ്രന്ഥം നൂറ്റാണ്ടുകളോളം ഇസ്ലാമിക്-യൂറോപ്യൻ ലോകത്ത് വൈദ്യശാസ്ത്രത്തിന് മാനദണ്ഡങ്ങൾ നിശ്ചയിച്ചിരുന്ന ഒരു ടെക്സ്റ്റ് ബുക്കായി ഉപയോഗിച്ചിരുന്നു.

കൊറോണ മഹാമാരിയുടെ കാലത്ത് വൈദ്യശാസ്ത്ര രംഗത്തുള്ളവർ ഇബ്ൻസിനയുടെ ഗ്രന്ഥങ്ങളായ *The cannon of medicine, The book of Healing* തുടങ്ങിയവ വീണ്ടും പഠനവിധേയമാക്കേണ്ടതാണ്.

അതുപോലെ ഇന്ത്യയിലെ മുസ്ലിം നവോത്ഥാനത്തിന്റെ പിതാവെന്ന പേരിൽ അറിയപ്പെടുന്ന സർസയ്യിദ് അഹമ്മദ്ഖാൻ (1817–1898), ആധുനിക വിദ്യാഭ്യാസത്തിൽനിന്ന് മുസ്ലിങ്ങളെ അകറ്റി നിർത്തുന്നത് യാഥാസ്ഥിതികരാണെന്ന് മനസ്സിലാക്കി. ഒരു മുഅതസില (mutasila), പണ്ഡിതനായ അദ്ദേഹം പരലോകചിന്ത വെടിഞ്ഞ് ഇഹലോക ജീവിതത്തിന് പ്രാധാന്യം നല്കാനും മുസ്ലീങ്ങളെ ഉൽബോധിപ്പിച്ചു. 1857 ലെ കലാപത്തിനുമുമ്പും ശേഷവും ബ്രിട്ടീഷുകാരും മുസ്ലീങ്ങളും തമ്മിലുള്ള ശത്രുത ഇന്ത്യയിലുടനീളമുള്ള മുസ്ലിം സമുദായങ്ങളെ പല തലമുറകളായി പാർശ്വവല്ക്കരിക്കുമെന്ന് അദ്ദേഹം ഭയപ്പെട്ടു. മുസ്ലിങ്ങളുടെയിടയിൽ ആധുനിക

വിദ്യാഭ്യാസം പ്രചരിപ്പിക്കുന്നത് തന്റെ ജീവിതസന്ദേശമായി അദ്ദേഹം സ്വീകരിച്ചു. 1875 ൽ അലിഗഡിൽ അദ്ദേഹം സ്ഥാപിച്ച 'മുഹമ്മദൻ ആംഗ്ലോ ഓറിയന്റൽ കോളേജ്' ആണ് പില്ക്കാലത്ത് അലിഗഡ് മുസ്ലിം സർവ്വകലാശാലയായി വളർന്നത്. 1857 ലെ കലാപത്തിനുശേഷം തകർന്നടിയേണ്ട ഒരു സമുദായത്തെ സാമൂഹികമായും വിദ്യാഭ്യാസപരമായും ഉയിർത്തെഴുന്നേല്പിച്ചതിന് അവിഭക്ത ഭാരതത്തിലെ ഓരോ മുസൽമാനും സർസയ്യിദ് അഹമ്മദ്ഖാനോട് കടപ്പെട്ടിരിക്കുന്നു.

'സാരെ ജഹാം സെ അച്ഛാ,

ഹിന്ദോസ്താം ഹമാരാ!' എന്ന ഉറുദു ഭാഷയിലുള്ള ദേശാഭിമാന കാവ്യത്തിലൂടെ മനുഷ്യമനസ്സുകളിൽ ചിരപ്രതിഷ്ഠ നേടിയ ആധുനിക ഇന്ത്യയിലെ അതിപ്രഗത്ഭനായ ഒരു കവിയും ചിന്തകനുമായിരുന്നു ഡോ: മുഹമ്മദ് ഇക്ബാൽ. ഇദ്ദേഹം അന്നത്തെ ഇന്ത്യൻ യുവാക്കളുടെ മനസ്സിനെ വളരെയധികം സ്വാധീനിച്ചു. ചലനാത്മകവും കർമ്മനിരതവുമായ ജീവിതം നയിക്കാനും പരലോകചിന്ത വെടിഞ്ഞ് ഇഹലോകജീവിതത്തിന് പ്രാധാന്യം നല്കാനും അദ്ദേഹം ജനങ്ങളെ ഉദ്ബോധിപ്പിച്ചു.

സൂഫി തത്ത്വശാസ്ത്രം

സമ്പന്നമാണ് സൂഫി തത്ത്വശാസ്ത്രം എല്ലാ മതതത്ത്വങ്ങളുടേയും ആദിമവും പരിശുദ്ധവുമായ രൂപമാണ് സൂഫിസം സ്വയം അടയാളപ്പെടുത്തുന്നത്. ഗ്രീക്ക്, പേർഷ്യൻ, നിയോപ്ലാറ്റോണിക്ക്, ഇന്ത്യൻ ചിന്തകൾ എന്നിവ സൂഫി ദർശനത്തെ രൂപപ്പെടുന്നതിൽ പ്രകടമായ സ്വാധീനം ചെലുത്തിയിട്ടുണ്ട്. പൂർവ്വവേദങ്ങളെ ശരിവെക്കുകയും അംഗീകരിക്കുകയും ചെയ്യുന്ന *ഖുർആൻ* വൈജ്ഞാനികമായ ആദാനപ്രദാനങ്ങളെ നിരുത്സാഹപ്പെടുത്തുന്നില്ല എന്നതാണ് ഇതിന്റെ മറുവീക്ഷണം. എന്നാൽ മതമീമാംസകർ പൊതുവെ ഇത്തരം സ്വാധീനങ്ങളെ മതത്തിന്റെ അടിസ്ഥാനാശയങ്ങളിൽ നിന്നുള്ള വ്യതിയാനമായി കാണുകയും സൂഫികളിൽ മതപരിത്യാഗ കുറ്റം ആരോപിക്കുകയുമാണ് ചെയ്തത്. ഇറാനിയൻ സൂഫിയായ ബായസീദുൽ ബിസ്താമി (804–874) യുടെ 'സുബ്ഹാനി'ക്കു സമാനവും എന്നാൽ അതിനേക്കാൾ അപകടം പിടിച്ചതുമായി മതപണ്ഡിതന്മാർ വിധിച്ചതുമായ പ്രസ്താവനയാണ് മൻസൂർ ഹല്ലാജി (858–922) ന്റെ 'അനൽഹഖ്.' ഇന്ത്യൻ വേദാന്തത്തിലെ 'അഹം ബ്രഹ്മാസ്മി'യുടെ സൂഫി ഭാഷ്യമായാണിത് കണക്കാക്കപ്പെടുന്നത്. 'ഞാൻ സത്യമാണ്' അഥവാ 'ഞാൻ ദൈവമാണ്' എന്നാണീ മൊഴിയുടെ സാരം. പ്രപഞ്ചത്തെ മുഴുവൻ ദൈവമായി കാണുകയും താൻ എന്ന വ്യക്തി പ്രപഞ്ചത്തിന്റെ ഭാഗമാകയാൽ താനും ദൈവമാണ് എന്ന സമീകരണത്തിൽ നിന്നാണ് ഈ ചിന്ത ഉദയം ചെയ്യുന്നത്.

മൻസൂർ ഹല്ലാജിനെപ്പോലുള്ള സൂഫികൾ ഇക്കാരണത്താൽ വധശിക്ഷയ്ക്കു വിധേയമാക്കപ്പെടുകയും ചെയ്തു. സൂഫിസത്തെ ഒരു വിഭാഗം ഇസ്ലാമിന്റെ ഹൃദയമായും മറുവിഭാഗം പുറത്തുനിന്നുള്ള അധിനിവേശമായും കാണുന്നു. മതനിയമങ്ങളെ (ശരിഅത്ത്) നിരാകരിക്കാതെ

ആന്തരിക വിശുദ്ധി കൈവരിക്കാനുള്ള മാർഗ്ഗം (ത്വരീഖത്) എന്ന നിലയിലും അതുവഴി യഥാർത്ഥ ജ്ഞാന (മഅരിഫത്ത്)വും സത്യസാക്ഷാൽക്കാര (ഹഖീഖത്) വും സ്വായത്തമാക്കുന്നതിനുള്ള ഉപാധി എന്ന നിലയിലും സൂഫിസത്തെ സമീപിക്കുന്ന പണ്ഡിതന്മാരുമുണ്ട്. ഈമാൻ, ഇസ്ലാം, ഇഹ്സാൻ എന്നിവയെ പരാമർശിക്കുന്ന പ്രസിദ്ധമായ നബിവചനത്തിലെ ഇഹ്സാന്റെ വികസിതരൂപമായി അവർ സൂഫിസത്തെ കാണുന്നു.

നിഗൂഢതയുടെ വിസ്മയപ്രകാശം

ശാസ്ത്രലോകത്തെ അമാനുഷ–പ്രതിഭാശാലിയായ ആൽബർട്ട് ഐൻസ്റ്റീൻ, ശാസ്ത്രത്തിന്റെ പരിധികൾക്കപ്പുറം കണ്ട വിസ്മയനിമിഷത്തിൽ ഇങ്ങനെ പറയുകയുണ്ടായി.

> നമുക്ക് അനുഭവിക്കാൻ കഴിയുന്ന ഏറ്റവും മനോഹരമായ വസ്തു നിഗൂഢതയാണ്. ഇതാണ് യഥാർത്ഥമായ എല്ലാ കലയുടെയും എല്ലാ ശാസ്ത്രത്തിന്റെയും സ്രോതസ്സ്. ഈ നിഗൂഢതയിൽ വിസ്മയം കൊള്ളാനോ അത്ഭുതസ്തബ്ധനാവാനോ കഴിയാത്തവൻ ജഡതുല്യനാണ്; അന്ധനാണ്.

സർവ്വവിധ ചോദ്യങ്ങൾക്കും സംശയങ്ങൾക്കും പരീക്ഷണ–നിരീക്ഷണങ്ങൾക്കും, കണ്ടെത്തലുകൾക്കുംശേഷം കണ്ടെത്താനാകാത്ത അനശ്വരതയുടെ പ്രകാശനത്തിൽ വിസ്മയംകൊണ്ടു നില്ക്കുകയാണ് ഐൻസ്റ്റീൻ. പേരില്ലാത്ത ദിവ്യപ്രകാശത്തിന്റെ മഹാസ്രോതസ്സിനെയാണ് അദ്ദേഹം നിഗൂഢത എന്ന് വിളിച്ചിരുന്നത്. ഈ നിഗൂഢതയുടെ വിസ്മയപ്രകാശം ദർശിക്കുന്നിടത്താണ് ശാസ്ത്രം അവസാനിക്കുന്നത്. ആദ്ധ്യാത്മികത ആരംഭിക്കുന്നതും അവിടെയാണ്.

ഒരു സൂഫി തന്റെ പ്രയാണം തുടങ്ങുന്നത് നിഗൂഢമായ വിസ്മയത്തിന്റെ ആശ്ചര്യലോകത്തു നിന്നാണ് അവന്റെ അന്വേഷണയാത്രയിൽ ആ വിസ്മയം ആനന്ദമായും, ആനന്ദം പ്രണയമായും പരിണമിക്കുന്നു. പിന്നെ പ്രണയം തന്നെ പ്രയാണമായിത്തീരുന്നു. ആ പ്രയാണം സർവ്വനിഗൂഢതകളുടെയും നിഗൂഢതയായ അനശ്വര പ്രണയഭാജനത്തിലേക്കാണ്. അവിടെ അനുരാഗി പ്രണയഭാജനത്തിന്റെ വിസ്മയസാക്ഷ്യത്തിൽ പ്രശാന്തനാവുന്നു.

ദൈവം അനാദിയാണ്, ദൈവത്തിൽനിന്നു വെളിപ്പെട്ട പ്രഭാവമാണ് ഈ ലോകം. അതിനാൽ ദൈവത്തെപ്പോലെ ഈ ലോകവും അനാദിയാണെന്ന് ഇബ്നു സിന പറഞ്ഞു. പ്രപഞ്ചമുൾപ്പെടെ സകല വസ്തുക്കളും ദൈവത്തെ ആശ്രയിച്ചാണ് നിലകൊള്ളുന്നത് എന്ന് ഇബ്നു സിന അഭിപ്രായപ്പെട്ടു. അനിവാര്യമായും ഉണ്ടായിരിക്കേണ്ട ഉണ്മ ദൈവത്തിന്റേതു മാത്രമാണ്. ദൈവത്തെ നിർവ്വചിക്കാനാവില്ല. ദൈവം ഉണ്ട് എന്നേ പറ

യാൻ കഴിയുകയുള്ളൂ. ഉണ്ട് എന്ന അവസ്ഥ തന്നെയാണ് ദൈവത്തിന്റെ ഗുണമായി മനസ്സിലാക്കാൻ കഴിയുക. അനാദിയും അനിവാര്യവുമായ ഉണ്മയാണ് ദൈവം. മറ്റെല്ലാ ഉണ്മയുടെയും കാരണം അനിവാര്യമായ ആ ഉണ്മയത്രെ. അത്യുന്നതമായ സൗന്ദര്യമാണത്. അതിനാൽ അത് സ്നേഹിക്കപ്പെടുന്നു. അതിനതീതമായ ഒന്നുമില്ല. പരിശുദ്ധമായ ബുദ്ധിയും നന്മയും ആണത്. അന്യൂനമായ സമ്പൂർണ്ണതയാണത്. സ്നേഹം, ജ്ഞാനം എന്നിവയുടെ ഉറവിടമാണ് ഇബ്നു സിനയുടെ വീക്ഷണത്തിൽ ദൈവം.

തത്ത്വശാസ്ത്രം

തത്ത്വശാസ്ത്രം സർവ്വ ശാസ്ത്രങ്ങളുടേയും മാതാവാണ്. തത്ത്വ ചിന്തയുടെ പ്രകാശപ്രേരണയിൽനിന്നാണ് ശാസ്ത്രീയ നിഗമനങ്ങളും കണ്ടെത്തലുകളും രൂപംകൊണ്ടത്. തത്ത്വശാസ്ത്രം രൂപപ്പെട്ടത് ചിന്തയുടെയും ധിഷണയുടെയും പ്രഭവത്തിൽ നിന്നുമാണ്. സത്യമായ വെളിപാടിന്റെ ജ്ഞാനോദയത്തിൽനിന്നും പ്രേരണ ഉൾക്കൊണ്ട് ചിന്തയുടെയും മൗനത്തിന്റെയും രൂപകങ്ങൾ തീർത്ത തത്ത്വചിന്തയാണ് ലോകത്തിന് ജ്ഞാനത്തിന്റെയും ശാസ്ത്രത്തിന്റെയും ആകാശങ്ങളെ കാണിച്ചുകൊടുത്തത്.

ശാസ്ത്രീയമായോ നിരീക്ഷണത്തിലൂടെയോ കണിശമായി വിശദീകരിക്കാൻ സാധിക്കാത്ത പൊതുവിഷയങ്ങളെക്കുറിച്ചുള്ള യുക്തിപൂർവ്വമായ പഠനമാണ് തത്ത്വചിന്ത അഥവാ തത്ത്വശാസ്ത്രം. ജ്ഞാനത്തോടുള്ള ഇഷ്ടമാണ് തത്ത്വശാസ്ത്രം. ഗ്രീക്കുകാരുടെ സംഭാവനയാണ് തത്ത്വശാസ്ത്രം. നിലനില്പ്, അറിവ്, യുക്തി, മനസ്സ്, സൗന്ദര്യം എന്നിവയെല്ലാം തത്ത്വചിന്തയുടെ പഠന മേഖലയാണ്.

മതവും തത്ത്വചിന്തയും സമാനമായ ചോദ്യങ്ങൾ ഉന്നയിച്ചിട്ടുണ്ട്. തത്ത്വചിന്ത ദൈവങ്ങളിൽ നിന്ന് അത്ഭുതങ്ങളെയോ വെളിപ്പെടുത്തലുകളെയോ ആശ്രയിക്കുന്നില്ല. തത്ത്വചിന്ത സ്വതന്ത്ര വിജ്ഞാനശാഖയാണ്. അത് മതത്തിന്റെ തണലിലല്ല വളരേണ്ടത്. മതമീമാംസകർ പൊതുവെ തത്ത്വചിന്തയെ തള്ളിപ്പറയുകയാണ് ചെയ്തത്. അവരെ സംബന്ധിച്ചിടത്തോളം അതായിരുന്നു എളുപ്പം. തത്ത്വചിന്തകർ മതവിരുദ്ധരായി ചിത്രീകരിക്കപ്പെട്ടു. മതത്തിന്റെ അടിസ്ഥാനം വിശ്വാസമാണ്. തത്ത്വചിന്തയുടേത് യുക്തിയും.

പരിശുദ്ധ *ഖുർആനി*ലെ 'അൽ ഹിക്മ' യിൽനിന്നും വികസിതമായ ഇസ്ലാമിക തത്ത്വചിന്തയുടെ ജ്ഞാനലോകത്തെ, പ്രതിഭാശാലികളായ ചിന്തകർ കൂടുതൽ വിശാലമാക്കി. അൽ കിന്ദി, അൽ റാസി, അൽ ഫാറാബി, ഇബ്നു സിന, അമീരി, ഇബ്നു മിസ്ക വൈഹ്, ഇമാം ഗസ്സാലി, ഇബ്നു മസർറ, ഇബ്നു ബാജ്ജ. ഇബ്നു റുഷ്ദ്, ഇബ്നു തുഫൈൻ, ഇബ്നു അറബി, ഇബ്നു ഖൽദൂൻ, ജലാലുദ്ദീൻ റൂമി, ഒമർ ഖയ്യാം തുടങ്ങിയ ചിന്തകരിലൂടെ കടന്നുവന്ന ഇസ്ലാമിക തത്ത്വചിന്താ ഗവേഷണ

ങ്ങളും പഠനങ്ങളും ഇന്നു വളരെ ശുഷ്കമായ ഒരു മേഖലയായി മാറിയിരിക്കുന്നു. അതിനാൽ ഇസ്ലാമിക വൈജ്ഞാനിക പഠനങ്ങളിൽ ഫിലോസഫി ഉൾപ്പെടുത്തണം. വിജ്ഞാനത്തിൽ മതവും ഭൗതികവും തമ്മിൽ വേർതിരിച്ചുകാണാതെ എല്ലാം ദൈവത്തിന്റെ പ്രകാശമാണെന്ന ബോധമാണ് വേണ്ടത്. യഥാർത്ഥ മനുഷ്യനിലേക്കുള്ള പ്രയാണമാണ് വിജ്ഞാനം കൊണ്ട് അർത്ഥമാക്കുന്നത്. മറ്റെല്ലാ പ്രധാന ദാർശനിക പാരമ്പര്യങ്ങളേയുംപോലെ ഇസ്ലാമിക്-സൂഫി തത്ത്വചിന്തയിലും മെറ്റാഫിസിക്സ്, കോസ്മോളജി എന്നിവയുൾപ്പെടെ നിരവധി ഉപശാഖകളുണ്ട്.

മെറ്റാഫിസിക്സ്

ഭൗതികത്തിനും അതീതമായ കാര്യങ്ങളെക്കുറിച്ചുള്ള പഠനത്തെ അതിഭൗതികം (Metaphysics) എന്നുപറയുന്നു. നിരീക്ഷണ പരീക്ഷണങ്ങൾക്ക് വിധേയമല്ലാത്ത ശാസ്ത്രമെന്ന് ഇതിനെ നിർവ്വചിക്കാവുന്നതാണ്. മനുഷ്യനും പ്രകൃതിയും തമ്മിലുള്ള ബന്ധം, ലോകത്തിന്റെ നിലനില്പ്, ലോകത്തിന്റെ യാഥാർത്ഥ്യം, ജീവിതത്തിന്റെ മറ്റു സൂക്ഷ്മ വശങ്ങൾ എന്നിവ അന്വേഷിക്കുന്നത് മെറ്റാഫിസിക്സാണ്. മതങ്ങൾ, തത്ത്വചിന്ത, നിഗൂഢത എന്നിവയുമായി ബന്ധപ്പെട്ട എല്ലാ ചിന്താധാരകളെയും ഇത് ഉൾക്കൊള്ളുന്നു. അതിരുകളില്ലാത്ത ആകാശം പോലെയാണ് മെറ്റാഫിസിക്സ്.

ഇബ്നു അറബി

സൂഫികളുടെ ജ്ഞാനഗുരുവായ ഇബ്നു അറബി (1165–1240) മുസ്ലിം തത്ത്വചിന്തകരിൽ മഹാനായ വ്യക്തിയായി കണക്കാക്കാം. സ്പെയിനിലെ മുർസിയായിൽ ഒരു പണ്ഡിതകുടുംബത്തിൽ ജനിച്ച അദ്ദേഹം മിസ്റ്റിക്, ദൈവശാസ്ത്രജ്ഞൻ, കവി, തത്ത്വചിന്തകൻ എന്നീ നിലകളിൽ പ്രസിദ്ധനാണ്. വിജ്ഞാനസമ്പാദനത്തിനായി അദ്ദേഹം യാത്രതിരിച്ചു. ബാഗ്ദാദ്, മക്ക, ഡമാസ്കസ് തുടങ്ങിയ സ്ഥലങ്ങൾ സന്ദർശിച്ച് ഒടുവിൽ ഡമാസ്കസിൽ സ്ഥിരതാമസമാക്കുകയും, അവിടെവച്ച് ഇഹലോകവാസം വെടിഞ്ഞു. *ഖുർആൻ* വ്യാഖ്യാനം, ചരിത്രം, സൂഫിസം എന്നീ വിഷയങ്ങളെക്കുറിച്ച് നിരവധി ഗ്രന്ഥങ്ങൾ ഇബ്നു അറബി രചിച്ചിട്ടുണ്ട്. സുഹ്റവർദ്ദി സൂഫിയായ അദ്ദേഹത്തിന്റെ കൃതികൾ ഇസ്ലാമിക ശാസ്ത്രത്തിന്റെ മുഴുവൻ ഭാഗവും ഉൾക്കൊള്ളുന്നു. മുന്നൂറോളം ഗ്രന്ഥങ്ങളുടെ കർത്താവാണ് അദ്ദേഹം. അവയിൽ പ്രധാനപ്പെട്ടത്,

1. *ഫുതൂഹാത്തുൽ മക്കിയ*:

അദ്ധ്യാത്മദർശന ശാസ്ത്രത്തിന്റെ (mystical science) പൂർണ്ണ സമ്പ്രദായം ഉൾക്കൊള്ളുന്ന അഞ്ഞൂറ്ററുപത് അദ്ധ്യായങ്ങളുള്ള ഒരു വൻ ഗ്രന്ഥമാണ് ഇത്.

2. *ഫുസൂസ്വുൽ ഹികം ഫീ ഖുസ്വൂസിൽ കലിം*

ഇരുപത്തിയേഴ് അദ്ധ്യായങ്ങളുള്ള ചെറിയ ഗ്രന്ഥം. പ്രവാചകന്മാരുടെ പേരാണ് ഓരോ അദ്ധ്യായത്തിനും നല്കിയിരിക്കുന്നത്.

3. *ടാർജുമാൻ അൽ അശ്വക്*

പ്രണയ കവിതയുടെ ഹ്രസ്വ ശേഖരം.

ദൈവമല്ലാതെ മറ്റെല്ലാം നിരന്തരമായ മാറ്റത്തിന് വിധേയമാകുന്നു എന്ന ആശയമാണ് ഇബ്നു അറബിയുടെ ചിന്തയുടെ അടിസ്ഥാനതത്ത്വം.

ഇസ്ലാമിക കർമ്മശാസ്ത്ര സ്കൂളുകളിലൊന്നും താൻ അന്ധമായി പിന്തുടരുന്നില്ലെന്ന് ഒന്നിലധികം സന്ദർഭങ്ങളിൽ ഇബ്നു അറബി പ്രസ്താവിച്ചിട്ടുണ്ട്.

ഏകത്വ ദർശനം

സൂഫി മെറ്റാഫിസിക്സിലെ പ്രധാന ആശയങ്ങൾ വഹ്ദത്ത് അല്ലെങ്കിൽ 'ദൈവവുമായുള്ള ഐക്യം' എന്ന ആശയത്തെ ചുറ്റിപ്പറ്റിയാണ്. ഏകത്വദർശനമാണ് ഇബ്നു അറബിയുടെ തത്ത്വചിന്തയുടെ അടിസ്ഥാനം. എല്ലാ ഉണ്മകളുടേയും ഏകത്വം (വഹ്ദതുൽ വൂജുദ്) എന്ന ആശയമാണ് അദ്ദേഹം മുന്നോട്ടുവെക്കുന്നത്. പൂർണ്ണത കൈവരിച്ച മനുഷ്യന്, തന്നിൽത്തന്നെയാണ് ദൈവം സ്ഥിതി ചെയ്യുന്നത് എന്നു മനസ്സിലാക്കാൻ സാധിക്കും. ദൈവത്തിൽനിന്നു ഭിന്നമോ, സ്വതന്ത്രമോ ആയ അസ്തിത്വം പ്രാപഞ്ചിക വസ്തുക്കൾക്കൊന്നുമില്ല. സർവ്വവ്യാപിയും അനശ്വരവുമായ ഉണ്മ ദൈവം മാത്രമാണ്. ഇബ്നു അറബിയുടെ വാക്കുകളിൽ, "സകല ചരാചരങ്ങളേയും സൃഷ്ടിക്കുകയും അവയുടെയെല്ലാം സത്ത ആയിരിക്കുകയും ചെയ്ത അവനു സ്തുതി."

സത്യം ഏകവും അവിഭാജ്യവുമാണ്. അല്ലാഹുവിനെ മാത്രം അഭിമുഖീകരിക്കലും മറ്റൊന്നിനേയും കാണാതിരിക്കലുമാണ് തൗഹീദ്, നിലനില്ക്കുന്ന സകല വസ്തുക്കളുടേയും ഏക ഹേതു അവനാണെന്ന് പ്രഖ്യാപിക്കലും ആണത്. ഈ സങ്കല്പമനുസരിച്ചുള്ള തൗഹീദാണ് 'വഹദുൽ വുജൂദ്.' "അല്ലാഹു അല്ലാതെ ആരാധ്യനില്ല" എന്നത് മത-ദൈവശാസ്ത്രത്തിന്റേയും "ദൈവമല്ലാതെ മറ്റൊരു സ്തിത്വവുമില്ല" എന്നത് ആത്മജ്ഞാനത്തിന്റേയും ഭാഷയാണ്.

ഏകമായ യാഥാർത്ഥ്യത്തെ പലതായി നാം കാണുന്നു. കാരണം, പ്രാതിഭാസികലോകത്ത് പലതായാണ് അത് പ്രത്യക്ഷപ്പെടുന്നത്. അതിനാൽ യാഥാർത്ഥ്യം ഒരേ സമയം ഒന്നും പലതുമാണ്. ഏകത്വം/ബഹുത്വം, അനശ്വരം/ക്ഷണികം, അതീതം/അന്തർവർത്തിത്വം എന്നിങ്ങനെയുള്ള വൈരുദ്ധ്യങ്ങളെയെല്ലാം അതുൾക്കൊള്ളുന്നു. എല്ലാ വൈരുദ്ധ്യങ്ങളേയും ഉൾക്കൊള്ളാനും ഏകോപിപ്പിക്കാനുമുള്ള ശേഷി അതിനുണ്ട്. *ഖുർആനിൽ* നിന്ന് "അവൻ ആദിയും അന്ത്യവും പ്രത്യക്ഷനും പരോക്ഷനുമാകുന്നു." (57.3) ഫുസൂസ്വുൽ ഇബ്നു അറബി എഴുതുന്നു.

അവൻ ആദിയെന്നും അന്ത്യനെന്നും പ്രത്യക്ഷനെന്നും പരോക്ഷ

> നെന്നും വിളിക്കപ്പെട്ടിരിക്കുന്നു. പ്രത്യക്ഷമായതിന്റേയും മറഞ്ഞു കിടക്കുന്നതിന്റേയും സത്തയാകുന്നു അവൻ. പ്രത്യക്ഷം ഞാൻ ഉണ്ടെന്നു പറയുമ്പോൾ പരോക്ഷം ഇല്ല എന്നു പറയുന്നു. പരോക്ഷം ഞാൻ ഉണ്ടെന്നു പറയുമ്പോൾ പ്രത്യക്ഷം ഇല്ല എന്നു പറയുന്നു. ഇതുതന്നെ എല്ലാ വിരുദ്ധ ദ്വന്ദ്വങ്ങളുടെയും സ്ഥിതി. വക്താവ് ഒന്നുതന്നെ. വക്താവുതന്നെ ശ്രോതാവും.

മുസ്ലിം പാരമ്പര്യത്തിനകത്തും പുറത്തും ഏറ്റവുമധികം സ്വാധീനം ചെലുത്തിയ ആത്മീയ ദാർശനികൻ ഇബ്നു അറബിയാണ്. മതമീമാംസകർക്ക് അപരിചിതമായ തലങ്ങളിലേക്കാണ് മതതത്ത്വങ്ങളെ അദ്ദേഹം കൊണ്ടുപോയത്. സാമ്പ്രദായിക മതപണ്ഡിതന്മാർക്ക് അവ സ്വീകാര്യമായിരുന്നില്ല. അതിനാൽ ഏറെ എതിർപ്പുകൾ അദ്ദേഹത്തിന് നേരിടേണ്ടിവന്നു.

ജലാലുദ്ദീൻ റൂമി

ഇസ്ലാമിക ലോകത്തിലെ ഏറ്റവും ഉന്നതനായ ആദ്ധ്യാത്മിക ഗുരുവും കവിയുമാണ്. മൗലവി ആത്മീയ സരണിയുടെ ഉപജ്ഞാതാവും *മഥ്നവി* എന്ന വിശ്വപ്രസിദ്ധ കാവ്യത്തിന്റെ കർത്താവുമായ മൗലാനാ ജലാലുദ്ദീൻ റൂമി (1207–1273), വിശ്വസാഹിത്യത്തിൽത്തന്നെ ഏറ്റവുമധികം വായിക്കപ്പെടുന്ന ആദ്ധ്യാത്മിക ഗീതമാണ് റൂമിയുടെ *മഥ്നവി*. ഭൗതികവും ആദ്ധ്യാത്മികവുമായ ആശയങ്ങളിലേക്ക് ഇറങ്ങിച്ചെല്ലാൻ പ്രാഗത്ഭ്യമുള്ള ദാർശനികനായിരുന്നു അദ്ദേഹം. ലോകത്തെ മുഴുവൻ മതങ്ങളുടേയും ആദ്ധ്യാത്മിക പൈതൃകത്തെ ഉൾക്കൊള്ളാൻ മാത്രം ഇസ്ലാമിക ദൈവശാസ്ത്രത്തിന്റെ അടിത്തറയെ അദ്ദേഹം വിശാലമാക്കി.

മഥ്നവിയിലും സമാഹരിക്കപ്പെട്ട ഇതര കവിതകളിലും പ്രഭാഷണങ്ങളിലുമായി റൂമിയുടെ ആശയപ്രപഞ്ചം വ്യാപിച്ചുകിടക്കുന്നു. തനിക്കുചുറ്റും ഒഴുകിപ്പടർന്നു കിടന്ന ആശയ സാഗരത്തിൽനിന്നും തനിക്കു ബോധിച്ചത് അദ്ദേഹം സ്വീകരിച്ചു. അവയ്ക്ക് കവിതകളിലൂടെ മനോഹരമായ ആവിഷ്കാരം നല്കി.

വിശുദ്ധ ഗ്രന്ഥമായ *ഖുർആന്റെ* കാതൽ സ്നേഹമാണെന്ന് റൂമി പറയുന്നു. ദൈവം റഹ്മാനും റഹീമുമാണ്. സ്നേഹത്തിൽ നിന്ന് ഉറവെടുക്കുന്ന കാരുണ്യത്തെയാണ് ഈ രണ്ടു വിശേഷണങ്ങളും സൂചിപ്പിക്കുന്നത്. ദൈവം 'റബ്' ആണ്. സ്നേഹംകൊണ്ടാണ് റബ് സർവ്വചരാചരങ്ങളേയും സംരക്ഷിക്കുന്നതും വളർത്തിക്കൊണ്ടു വരുന്നതും. സ്നേഹമാണ് ദൈവത്തെ ഉദാരനും മാപ്പരുളുന്നവനും പ്രതിഫലം നല്കുന്നവനും ആക്കുന്നത്. ഈശ്വരനോടുള്ള സ്നേഹത്തിൽ നിന്നാണ് പ്രാർത്ഥന ഉണ്ടാവേണ്ടത്. പ്രണയരഹിതമായ പ്രാർത്ഥന വിരസവും മടുപ്പുളവാക്കുന്നതും ആയിരിക്കും. ആത്മസാക്ഷാൽക്കാരത്തിനുള്ള മനുഷ്യന്റെ ത്വര ദൈവീകമാണ്. അതിനാൽ മനുഷ്യന്റെ ഓരോ ചലനത്തിന്റേയും ലക്ഷ്യം ദൈവ

മാകുന്നു. ദൈവത്തിലേക്കുള്ള മനുഷ്യന്റെ പ്രയാണം സാർവ്വലൗകികമാണ്. അജ്ഞാതമായ ഏതോ കാര്യത്തിലുള്ള അന്ധമായ വിശ്വാസമല്ല മതം. ആത്മാവിൽ അനുഭവിച്ചറിയാൻ കഴിയുന്ന, സദാ സന്നിഹിതമായ യാഥാർത്ഥ്യത്തിലുള്ള വിശ്വാസമാണത്. റൂമിയുടെ കാഴ്ചപ്പാടിൽ, സ്നേഹമാണ് സാർവ്വലൗകിക മതത്തിന്റെ സാരം.

താൻ ദൈവത്തെ കണ്ടെത്തിയത് എങ്ങനെയെന്ന് റൂമി ഒരു കവിതയിൽ വിവരിക്കുന്നുണ്ട്. തന്റെ സ്വത്വത്തെക്കുറിച്ച് ബോധമുദിച്ചതിനു ശേഷം ദൈവത്തെ അന്വേഷിച്ച് പല ഇടങ്ങളിൽ അലഞ്ഞു. ഒടുവിൽ തന്നിലേക്കുതന്നെ തിരിച്ചെത്തി. സ്വന്തം ഹൃദയത്തിന്റെ വിശുദ്ധ കോവിലിൽ ആണ് ദൈവമുള്ളത്. തത്ത്വചിന്തയിൽനിന്നോ ദൈവശാസ്ത്രത്തിൽനിന്നോ അല്ല ആത്മജ്ഞാനികൾ പ്രചോദനം നേടുന്നത്. വ്യക്തിഗതങ്ങളായ അനുഭവങ്ങളും ബോദ്ധ്യങ്ങളുമാണ് അവരുടെ ആത്മീയ ജീവിതത്തിനടിസ്ഥാനം. റൂമിയുടെ കാര്യത്തിലും ഇതു ശരിയാണ്. ശാസ്ത്രവും യുക്തിയും ദൈവശാസ്ത്രവും ഭാവനയും ചിന്തയും എല്ലാം റൂമിയുടെ ആത്മനിഷ്ഠ ദർശനത്തിൽ ഇഴപിരിച്ചെടുക്കാനാവാത്തവിധം ലയിച്ചു ചേരുന്നതായി അദ്ദേഹത്തെ വായിക്കുമ്പോൾ നമുക്കനുഭവപ്പെടുന്നു.

കോസ്മോളജി

ഭൗതികഘടനയെയും പ്രപഞ്ചത്തെ നിയന്ത്രിക്കുന്ന നിയമങ്ങളെയും സംബന്ധിക്കുന്ന ദാർശനികവും ശാസ്ത്രീയവുമായ അറിവാണ് കോസ്മോളജി. പ്രപഞ്ചത്തിന്റെ പ്രപഞ്ചശാസ്ത്രം, സ്ഥലം, സമയം, വസ്തു എന്നിവയെ പരാമർശിക്കപ്പെടുന്നു. പ്രപഞ്ചശാസ്ത്രത്തെക്കുറിച്ച് വ്യത്യസ്ത കാഴ്ചപ്പാടുകൾ വെച്ചുപുലർത്തുന്ന അറബ് മുസ്ലിം ചിന്തകരെക്കുറിച്ച് മനസ്സിലാക്കാം.

അൽ കിന്ദി

അറബ്-മുസ്ലിം തത്ത്വചിന്തയുടെ പിതാവും ഗണിതശാസ്ത്രജ്ഞനും സംഗീതജ്ഞനുമായ അൽ കിന്ദി (801–873) ഇറാഖിലെ കൂഫയിലാണ് ജനിച്ചത്. ദൈവാസ്തിത്വത്തിനനുകൂലമായി അൽ കിന്ദി ഉയർത്തിക്കാട്ടിയ തെളിവ് ഹേതുവാദമായിരുന്നു. ഏതു കാര്യത്തിനും ഒരു കാരണം ഉണ്ടായേ തീരൂ. ഹേതു പരമ്പര നിർണ്ണിതവുമായിരിക്കും. അതിനാൽ എല്ലാ ഹേതുക്കൾക്കും മൂലഹേതുവായ ഒരു യഥാർത്ഥ ഹേതു ഉണ്ടാവണം. ആ മൂലഹേതുവാണ് സത്യം. അതാണ് സ്രഷ്ടാവ്. ഒന്നുമില്ലായ്മയിൽ നിന്നുള്ള സൃഷ്ടിക്കൽ (ഇബ്ദാഅ) ആണ് ദൈവം നടത്തുന്നത്.

പ്രപഞ്ചം സൃഷ്ടി ആയതിനാൽ അതിനൊരു സ്രഷ്ടാവ് അനിവാര്യമാണ്. സ്രഷ്ടാവിന് തുടക്കമോ, ഒടുക്കമോ ഇല്ല. സൃഷ്ടിക്ക് തുടക്കമുണ്ട്. അതിനാൽ ഒടുക്കവുമുണ്ട്. മുഴുവൻ സൃഷ്ടികളും കാലക്രമത്തിൽ

നശിക്കും. നശിക്കാത്തതായി സ്രഷ്ടാവ് മാത്രമേയുള്ളു. സ്ഥലകാല പരിമിതമായതൊന്നും അനശ്വരമല്ല. പ്രപഞ്ചത്തിലെ സകല പ്രതിഭാസങ്ങൾക്കും ക്രമവും വ്യവസ്ഥയുമുണ്ട് എന്നതാണ് ദൈവാസ്തിത്വത്തിന് അനുകൂലമായി അൽ കിന്ദി ചൂണ്ടിക്കാണിക്കുന്നത്. എല്ലാറ്റിനേയും നിയന്ത്രിക്കുന്ന ഒരു മഹാശക്തിവിശേഷത്തിലേക്ക് ഇതു വിരൽചൂണ്ടുന്നുണ്ട്. സകല ഉണ്മകളിലും അന്തഃസ്ഥിതമായിട്ടുള്ള ക്രമമാണ് എന്ന് അൽ കിന്ദി പറയുന്നു. ചെറുതും അവിഭാജ്യവുമായ അണുക്കളാൽ നിർമ്മിതമാണ് വസ്തുക്കൾ എന്നാണ് മുഅതസിലികൾ വിശ്വസിച്ചിരുന്നത്. പദാർത്ഥത്തിന്റെ അനുസ്യൂത ഘടന എന്ന അരിസ്റ്റോട്ടിലിയൻ ആശയമാണ് അൽ കിന്ദി സ്വീകരിച്ചത്.

അറബ് ലോകത്ത് തത്ത്വചിന്തയ്ക്ക് തുടക്കംകുറിച്ച അൽ കിന്ദി പ്രപഞ്ചം ദൈവത്തിന്റെ സൃഷ്ടിയാണെന്നും സൃഷ്ടികൾക്കെല്ലാം തുടക്കമുണ്ടെന്നും തുടക്കമുള്ളതിനെല്ലാം ഒടുക്കമുണ്ടെന്നും സിദ്ധാന്തിക്കുക വഴി തത്ത്വചിന്തയെ നേരത്തെ തന്നെ മതത്തിനു വിധേയമാക്കിയിരുന്നു. കാലം, സ്ഥലം, ചലനം ഇവയെ ഗണിതത്തിന്റെ സഹായത്തോടെ വിശകലനം ചെയ്താണ് പ്രപഞ്ചത്തിന്റെ നശ്വരത എന്ന ആശയം അൽ കിന്ദി മുന്നോട്ടുവെച്ചത്. ഭൗതിക വസ്തുക്കൾ ദ്രവ്യം, രൂപം എന്നിവ ചേർന്നുണ്ടായതാണ്. സ്ഥലകാലങ്ങളിൽ സഞ്ചരിക്കാൻ ഇവയ്ക്ക് കഴിവുണ്ട്. അഥവാ ഓരോ വസ്തുവിലും അഞ്ച് ഘടകങ്ങൾ ഉൾച്ചേർന്നിരിക്കുന്നു. ഇവയാണവ:

1. ദ്രവ്യം അഥവാ പദാർത്ഥം 2. രൂപം 3. സ്ഥലം 4. ചലനം 5. കാലം

ഇവയിൽ സ്ഥലവും കാലവും ഭൗതിക വസ്തുവിനോട് ചേരുമ്പോൾ നിശ്ചിത പരിധിയുള്ളതായിത്തീരുന്നു. പരിമിതപ്പെടുത്തപ്പെട്ട സ്ഥലത്തിലും കാലത്തിലുമേ ഒരു ഭൗതിക വസ്തുവിന് നിലനില്ക്കാൻ സാധിക്കുകയുള്ളു. കാലം/സമയം ചലനമല്ല. ചലനത്തെ അളക്കുന്ന സംഖ്യയാണ്. മുമ്പു കഴിഞ്ഞതോ ശേഷം വരുന്നതോ ആവാമത്. സംഖ്യ തുടർച്ചയുള്ളത്, തുടർച്ചയില്ലാത്തത് എന്നിങ്ങനെ രണ്ടു തരമുണ്ട്. അതിനാൽ ഭൂതകാലത്തിൽനിന്നു ഭാവി കാലത്തിലേക്ക് പുരോഗമിക്കുന്ന സംഭവങ്ങൾ എന്ന നിലയ്ക്ക് സമയത്തെ തിട്ടപ്പെടുത്താനും നിർവ്വചിക്കാനും സാധിക്കും. മറ്റു രീതിയിൽ പറഞ്ഞാൽ, കഴിഞ്ഞതോ വരാനിരിക്കുന്നതോ ആയ സംഭവങ്ങളെ സമയരേഖയിൽ പ്രതിനിധാനം ചെയ്യുന്ന സംഖ്യയാണ് കാലം. എണ്ണത്തെക്കുറിച്ചുള്ള ജ്ഞാനത്തിന്റെ ഭാഗമാണ് കാലം എന്നർത്ഥം. സ്ഥലം, ചലനം, കാലം എന്നിവ സംഖ്യകളാകുന്നു. ദ്രവ്യം, രൂപം എന്നിവ ഗുണങ്ങളും. സദൃശ്യമായിരിക്കാനോ, വ്യതിരിക്തമായിരിക്കാനോയുള്ള കഴിവാണ് ഗുണം. ഒരു വസ്തു പരിമിതമാണോ അപരിമിതമാണോ, അല്ലെങ്കിൽ നിർണ്ണിതമാണോ അനന്തമാണോ എന്ന് തീരുമാനിക്കുന്നതിൽ അതിന്റെ ഗുണവും ഗണവും പ്രധാനമാണ്. നിശ്ചിത ഗുണമുള്ളതും ഏതെങ്കിലുമൊരു ഗണത്തിൽ ഉൾപ്പെടുന്നതുമായ ഏതൊരു വസ്തുവും പരിമിതവും നിർണ്ണിതവുമായിരിക്കും. അങ്ങനെ

യുള്ളവയെല്ലാം നശ്വരമാണ്. പ്രാപഞ്ചിക വസ്തുക്കളുടെ നശ്വരത മറ്റു രീതികളിലും അൽ കിന്ദി സമർത്ഥിക്കുന്നുണ്ട്.

സൃഷ്ടിക്കും സംഹാരത്തിനും വിദൂരവും സമീപസ്ഥവുമായ കാരണങ്ങളുണ്ടാവും എന്ന് അൽ കിന്ദി അഭിപ്രായപ്പെടുന്നു. വേടൻ മൃഗത്തെ അമ്പെയ്തു കൊല്ലുമ്പോൾ ഈ രണ്ടു കാരണങ്ങളും സംഭവിക്കുന്നു. വേടൻ വിദൂരഹേതുവാണ്. അമ്പ് സമീപസ്ഥ ഹേതുവും. അമ്പുകൊണ്ട് മുറിവേല്പിക്കുന്നതു കാരണമായാണ് മൃഗം ചാകുന്നത്. എന്നാൽ അമ്പ് എയ്ത ആളാണ് അമ്പ് എന്ന കാരണത്തെ നിയന്ത്രിച്ചത്. ഋതുഭേദങ്ങൾ ഭൂമിയിൽ സസ്യലതാദികളുടെ വളർച്ചയ്ക്കും നാശത്തിനും കാരണമാവുന്നു. ഇതു സമീപസ്ഥ ഹേതുവാണ്. സൂര്യന്റെ ഈ ചലനങ്ങളാണ് ഈ സമീപസ്ഥ കാരണത്തെ നിയന്ത്രിക്കുന്ന വിദൂര ഘടകം. സൂര്യനും, ചന്ദ്രനും ഉൾപ്പെടെയുള്ള പ്രപഞ്ചത്തിലെ മുഴുവൻ ഘടകങ്ങൾക്കും സൃഷ്ടി–സ്ഥിതി–സംഹാര പ്രക്രിയയിൽ ദൈവം പങ്ക് നിശ്ചയിച്ചിട്ടുണ്ട്. കാലാവസ്ഥയിൽ സംഭവിക്കുന്ന മാറ്റം ഇതിനു തെളിവാണ്. സ്രഷ്ടാവിന്റെ നിയന്ത്രണത്തിലാണ് എല്ലാ ഹേതുക്കളും.

അൽ റാസി

ഇസ്ലാമിലെ കിടയറ്റ ഭിഷഗ്വരൻ, തത്ത്വചിന്തകനും, രസതന്ത്രജ്ഞനും, സംഗീതജ്ഞനും കൂടിയായ അൽ റാസി (ജനനം ടെഹ്റാൻ 865–932) യുടെ വൈദ്യശാസ്ത്ര ഗ്രന്ഥങ്ങൾ പതിനാറാം നൂറ്റാണ്ടിന്റെ അവസാനം വരെ യൂറോപ്പിന്റെ പ്രധാന വൈദ്യശാസ്ത്ര പാഠപുസ്തകങ്ങളായിരുന്നു. യുക്തിയിൽ മാത്രം വിശ്വസിച്ച ദാർശനികനായിരുന്നു റാസി. വൈദ്യത്തിലെന്നപോലെ തത്ത്വചിന്തയിലും പരീക്ഷണവും നിരീക്ഷണവുമാണ് അറിവിന്റെ ഉറവിടങ്ങളായി റാസി കണ്ടത്. അൽ റാസി വെളിപാടിനും ആദ്ധ്യാത്മിക ഉൾക്കാഴ്ചയ്ക്കും മീതെയാണ് യുക്തിക്ക് സ്ഥാനം കല്പിക്കുന്നത്. യുക്തിബാഹ്യമായ ജ്ഞാനസ്രോതസ്സുകളെയൊന്നും അദ്ദേഹം അംഗീകരിച്ചില്ല. അൽ കിന്ദിയുടേതിൽനിന്ന് ഭിന്നമായ നിലപാടായിരുന്നു റാസിയുടേത്.

റാസിയുടെ തത്ത്വചിന്തയുടെ ആധാരശിലയാണ് അഞ്ച് അനശ്വരതകളെക്കുറിച്ചുള്ള തത്ത്വം. റാസിയുടെ ഈ തത്ത്വങ്ങളെക്കുറിച്ച് *അൽ ബിറുനി*യിൽ നിന്നാണ് നാം മനസ്സിലാക്കുന്നത്. 1. സ്രഷ്ടാവ് 2. ആത്മാവ് 3. ദ്രവ്യം 4. സ്ഥാനം 5. കാലം എന്നിവയാണ് പ്രസ്തുത അനശ്വരതകൾ. അവയിൽ അദ്ദേഹം കാലത്തെ കേവല കാലം, കാലയളവ് എന്നിങ്ങനെ രണ്ടായി വ്യവഹരിക്കുന്നുണ്ട്. തുടക്കമോ, ഒടുക്കമോ ഇല്ലാത്ത അനന്തമായ കാലമാണ് കേവല കാലം. കാലയളവ് ആപേക്ഷികമാണ്. സംഖ്യകൊണ്ട് പരിമിതപ്പെടുത്താൻ അഥവാ എണ്ണിത്തിട്ടപ്പെടുത്താൻ കഴിയുന്നതാണിത്. ഇങ്ങനെ സംഖ്യകൊണ്ട് അടയാളപ്പെടുത്താൻ സാധിക്കുന്നത് അനശ്വരമോ നശ്വരമോ ശാശ്വതമോ അല്ല.

പ്രപഞ്ചത്തിന്റെ നിലനില്പിന് മേൽ സൂചിപ്പിച്ച അഞ്ച് അനശ്വരത

കൾ അനിവാര്യമാണെന്ന് റാസി സിദ്ധാന്തിച്ചു. സ്ഥലമില്ലാതെ ഒന്നിനും സ്ഥിതി ചെയ്യാനാവില്ല. ഒരു വസ്തുവിനെ പഴയതും പുതിയതും ആക്കുന്നത് കാലമാണ്. ജീവനുള്ള വസ്തുക്കൾക്ക് ആത്മാവ് ഉണ്ടായിരിക്കണം. ദ്രവ്യങ്ങൾ ചേരുമ്പോഴാണ് വസ്തുക്കൾ ഉണ്ടാവുന്നത്. കുറ്റമറ്റ രീതിയിൽ ഇവയെല്ലാം ഉണ്ടാവണമെങ്കിൽ സ്രഷ്ടാവ് അനിവാര്യമാണ്. പ്രപഞ്ചത്തിലെ അനിവാര്യ അസ്തിത്വങ്ങളാണ് ഈ അഞ്ച് അനശ്വരതകൾ.

അഞ്ച് അനശ്വരതകളിൽ രണ്ടെണ്ണം സജീവവും സക്രിയവുമാണ്. സ്രഷ്ടാവ്, ആത്മാവ് എന്നിവയാണവ. ഒന്ന് നിർജ്ജീവവും നിർഗ്ഗുണവുമാണ്. ദ്രവ്യം അഥവാ പദാർത്ഥം ആണത്. അണുക്കളാൽ നിർമ്മിക്കപ്പെടുന്നതാണ് വസ്തുക്കൾക്കാധാരമായ പദാർത്ഥം. ഓരോ ആറ്റത്തിനും പിണ്ഡമുണ്ട്, അല്ലെങ്കിൽ ഒരു വസ്തുവും രൂപപ്പെടുമായിരുന്നില്ല. ലോകം നശിക്കപ്പെട്ടാൽ അത് അണുക്കളായി വിഘടിക്കും. ഒന്നും ശൂന്യതയിൽ നിന്ന് ഉണ്ടാവുന്നില്ല എന്നതിനാൽ പദാർത്ഥം നേരത്തെ ഉണ്ടായിരുന്നു എന്ന് സങ്കല്പിക്കേണ്ടിയിരിക്കുന്നു. ഏറ്റവും സാന്ദ്രമായ ദ്രവ്യമാണ് ഭൂമിയാവുന്നത്. ഏറ്റവും ശുദ്ധമായ ദ്രവ്യം വെള്ളവും സാന്ദ്രത കുറഞ്ഞ് നേർത്ത ദ്രവ്യം വായുവും അതിനേക്കാൾ നേർത്തത് അഗ്നിയുമാകുന്നു. പദാർത്ഥ കണികകൾ ചേർന്നാണ് വസ്തുക്കളുണ്ടാകുന്നത്. ദൈവം സൃഷ്ടിക്കുന്നു എന്നു പറയുമ്പോൾ ഇല്ലായ്മയിൽ നിന്ന് എന്തെങ്കിലും ഉണ്ടാക്കുന്നു എന്നല്ല, ഉള്ള പദാർത്ഥങ്ങൾ സംയോജിപ്പിച്ച് പുതിയ വസ്തുക്കൾക്ക് രൂപംനല്കുന്നു. അതിനാൽ പദാർത്ഥം നേരത്തെയുണ്ട്. അത് അനശ്വരമാണ്. മറ്റു രണ്ടെണ്ണം–സ്ഥലം–കാലം. സജീവമോ നിർജ്ജീവമോ സക്രിയമോ അല്ല. സ്ഥലം (മകാൻ) എന്നതുപോലെ ശൂന്യത (ഖലാആ) യുമുണ്ടാവും.

യവന വൈദ്യപണ്ഡിതൻ ഗാലന്റെ പല നിഗമനങ്ങളോടും റാസി വിയോജിപ്പു രേഖപ്പെടുത്തിയിട്ടുണ്ട്.

ഒമർ ഖയ്യാം

കവിയും ദാർശനികനും ശാസ്ത്രജ്ഞനുമായ ഒമർ ഖയ്യാം (ജനനം: നിഷാപൂർ, ഇറാൻ 1048–1131) മുസ്ലിം ധൈഷണിക ചരിത്രത്തിലെ അപൂർവ്വ പ്രതിഭകളിലൊന്നായി വിലയിരുത്തപ്പെടുന്നു. ഗണിതശാസ്ത്രത്തിനും തത്ത്വചിന്തയ്ക്കും ഗണ്യമായ സംഭാവനകൾ നല്കിയെങ്കിലും *റുബാഇയ്യാത്തി*ന്റെ കീർത്തിയിൽ അവ മുങ്ങിപ്പോവുകയാണുണ്ടായത്. ഇബ്നു സിനയുടെ *ഇശാറത്ത്* എന്ന കൃതിയിൽ ആകൃഷ്ടനായ ഖയ്യാം ജീവിതാന്ത്യം വരെ ആ കൃതി പാരായണം ചെയ്തുകൊണ്ടിരുന്നു. സംവാദസദസ്സുകളിൽ ഒമർ ഖയ്യാം സംബന്ധിക്കാറുണ്ടായിരുന്നില്ല. എങ്കിലും 'ഏകാംഗ സർവ്വകലാശാല'യായി അദ്ദേഹം പ്രശസ്തനായി. അന്തർമുഖനായിരുന്നെങ്കിലും പണ്ഡിതന്മാരുമായുള്ള സൗഹൃദം ഒമർ ഖയ്യാം ഇഷ്ടപ്പെട്ടു. കൺമുന്നിൽ കാണുന്നതെല്ലാം നശ്വരമാണ് എന്ന ബോധമാണ് ഒമർ ഖയ്യാം പകർന്നുതരുന്ന ജ്ഞാനവീഞ്ഞിന്റെ ഒന്നാമത്തെ

തുള്ളി. ജീവിതം നശ്വരമാണ്. സഹനങ്ങളുടെ ഇടവിടവില്ലാത്ത ചക്രമാണ് ജീവിതം. നല്ലവനായ ദൈവം എന്തിനിങ്ങനെ ഒരു തീർച്ചയിലും സ്വയം എത്തിച്ചേരാനാവാത്ത ജീവിതം നമുക്ക് നല്കി എന്ന ചോദ്യത്തിന് ഉത്തരമില്ല. അതിനാൽ ഈ കാണുന്ന യാഥാർത്ഥ്യത്തെ അതേപടി സ്വീകരിക്കുകയേ നിർവ്വാഹമുള്ളു. 'ഇവിടെ', 'ഇപ്പോൾ' എന്നതിനെ എങ്ങനെ സമീപിക്കണം എന്നതാണ് ഖയ്യാമിനെ അലട്ടുന്ന ദാർശനിക പ്രശ്നം.

ജീവിതത്തിനുമേൽ അസ്ഥിരതയുടെ മുദ്രചാർത്തുന്ന മരണം ഖയ്യാമിയൻ ചിന്തയുടെ പ്രധാന വ്യവഹാര മണ്ഡലങ്ങളിലൊന്നായത് സ്വാഭാവികമാണ്. മരണം ജീവിതത്തെ വ്യാഖ്യാനിക്കാനുള്ള ഉപാധിയാണ് ഖയ്യാമിന്. മരണം, നിഗൂഢതകളിലേക്കുള്ള തുറവിയാണിത്. എന്നാൽ ആ ദിവ്യരഹസ്യങ്ങൾ നമ്മുടെ ജ്ഞാനേന്ദ്രിയങ്ങൾക്കപ്പുറത്താണ്. അസ്തിത്വപരമായ പൂർവ്വ നിശ്ചിതത്വത്താൽ ബന്ധിതമാണ് മനുഷ്യജന്മം. നാം സ്വയം തെരഞ്ഞെടുത്തതല്ല ഈ ജീവിതം. നിയതി നമുക്ക് നല്കിയതാണിത്. അസ്തിത്വം അതിന്റെ ചതുരംഗപ്പലകയിൽ നമ്മെ കൊണ്ടുവന്നു നിർത്തിയിരിക്കുന്നു. നിരാസക്തമായി ഈ കളിയിൽ പങ്കുചേരാൻ ജ്ഞാനത്തിന്റെ വീഞ്ഞ് നമ്മെ സഹായിക്കും. ഈ ജ്ഞാനത്തിന്റെ വീഞ്ഞ് കുടിച്ച് ജീവിതത്തെ ഭയമില്ലാതെ നേരിടുക എന്ന് ഖയ്യാം ആഹ്വാനം ചെയ്യുന്നു. ജ്ഞാനം എല്ലാ ഭയങ്ങളിൽനിന്നും നമ്മെ സ്വതന്ത്രരാക്കും. ജീവിതത്തിന്റെ സ്ഥിരതയില്ലായ്മ, തിന്മയും ദൈവീക നീതിയും, മനുഷ്യാവസ്ഥ, മരണം ഇവയാണ് *റൂബാഇയ്യാത്തി*ന്റെ ദാർശനിക പ്രമേയങ്ങളായി പണ്ഡിതന്മാർ ചൂണ്ടിക്കാണിക്കുന്നത്.

*റൂബാഇയ്യാത്തി*ന് ആദ്ധ്യാത്മിക വ്യാഖ്യാനം രചിച്ചവരാവട്ടെ, സൂഫിസത്തിന്റെ ഹൃദയവും ആത്മാവുമാണ് അതിൽ ഉപദർശിക്കുന്നത്. ഈശ്വര ചൈതന്യത്തിന്റെ അതിശയത്വം, അനുരാഗം, ആത്മീയയാത്ര, സത്താപരമായ ഏകത തുടങ്ങിയ സൂഫിസത്തിന്റെ പ്രധാന പ്രമേയങ്ങളെല്ലാം *റൂബാഇയ്യാത്തിൽ* അവർ വായിക്കുന്നു.

തത്ത്വചിന്ത പഠിക്കുകയും പഠിപ്പിക്കുകയും ചെയ്യുന്നവർ മതപരിത്യാഗികളായി പരിഗണിക്കപ്പെടുകയും അക്കാരണത്താൽത്തന്നെ തത്ത്വചിന്തയെ മതത്തിന്റെ വെളിച്ചത്തിൽ സാധൂകരിക്കേണ്ടത് തത്ത്വചിന്തകരെ സംബന്ധിച്ചിടത്തോളം ജീവന്മരണ പ്രശ്നമായിത്തീരുകയും ചെയ്തു, നിരവധി സൂക്തങ്ങളിൽ *ഖുർആൻ* യുക്തിചിന്തയെ പ്രോത്സാഹിപ്പിക്കുന്നു. 'ഇഅതിബാർ' എന്ന പദമാണ് ഈ ചിന്തയെ സൂചിപ്പിക്കുന്നതിന് *ഖുർആൻ* ഉപയോഗിച്ചിട്ടുള്ളത്. അനുമാനങ്ങൾ വഴി അറിയപ്പെടുന്നതിൽ നിന്ന് അറിയപ്പെടാത്തതിലേക്ക് എത്തിച്ചേരലാണ് *ഖുർആൻ* നിർദ്ദേശിക്കുന്ന ചിന്താ പ്രക്രിയ.

ആത്മീയാവസ്ഥകളും സ്ഥാനങ്ങളും

ദൈവമാർഗ്ഗത്തിൽ യാത്രചെയ്യുന്നവർ പല അവസ്ഥ (ഹാൽ) കളും സ്ഥാന (മഖാം) ങ്ങളും കടന്നുപോകണം എന്നാണ് സൂഫി സങ്കല്പം. ഭൗതികതയുടെ മണ്ണിൽ വേരുറച്ചുപോയ മനസ്സിനേയും ശരീരത്തേയും അവിടെ നിന്ന് ഇളക്കിയെടുത്ത് ദൈവീകതയുടെ ആകാശത്തേക്ക് ഉയർത്തിക്കൊണ്ടു പോകുന്ന യജ്ഞത്തിലാണ് സൂഫികൾ ഏർപ്പെട്ടിരുന്നത്. ദൈവത്തിലേക്ക് എത്തുന്നതിനു ആത്മാവ് നിരന്തരം സ്വയം പാകപ്പെടേണ്ടതുണ്ട്. ഈ പാകപ്പെടൽ പ്രക്രിയയിൽ മാറിമാറി വരുന്ന അനുഭവങ്ങളാണ് സൂഫി സാങ്കേതിക ഭാഷയിലെ 'അവസ്ഥ'കൾ. അങ്ങനെ ആർജ്ജിക്കുന്ന ആത്മീയ ഗുണങ്ങൾ 'സ്ഥാന'ങ്ങളോ ലൗകികമായ എന്തെങ്കിലും നേട്ടങ്ങളോ പദവികളോ അല്ല.

ഈശ്വര സാക്ഷാൽക്കാര മാർഗ്ഗത്തിലെ സ്ഥിരവും താല്ക്കാലികവുമായ അനുഭവങ്ങളെ സൂഫികൾ വിശദീകരിക്കുന്നുണ്ട്. സ്ഥിരാനുഭവമാണ് സൂഫി വ്യവഹാരഭാഷയിലെ സ്ഥാനം (മഖാം). താല്ക്കാലികാനുഭവം അവസ്ഥ (ഹാൽ) യും, ഇവയുടെ ബഹുവചനരൂപങ്ങളാണ് മഖാമത്ത്, അഹ്വാൽ എന്നിവ. ശ്രേഷ്ഠ സ്വഭാവം (ഫളാഇൽ), സ്വഭാവ ഗുണങ്ങൾ (മഹാസിൻ) എന്നിവയിൽ നിന്ന് ഇവ വ്യത്യസ്തമല്ല. ദൈവീകാകർഷണം അനുഭവപ്പെടുന്നതോടെയാണ് അവസ്ഥകളിലൂടെയും സ്ഥാനങ്ങളിലൂടെയും കടന്നുപോകാനുള്ള ഭാഗ്യം അന്വേഷിക്ക് കൈവരിക എന്നും സൂഫി ഗുരുക്കന്മാർ വ്യക്തമാക്കുന്നു. 'ഹാൽ'ദൈവീകമായ വരദാനവും 'മഖാം' കഠിന സാധനയിലൂടെ നേടുന്നതുമാണ്. ഒരു 'ഹാലി'ൽ നിന്ന് അടുത്ത 'ഹാലി' ലേക്കു പ്രവേശിക്കുമ്പോൾ ആദ്യത്തെ 'ഹാൽ' ഇല്ലാതാകും. എന്നാൽ ഒരു 'മഖാമിൽ' നിന്ന് അടുത്ത 'മഖാമി'ലേക്ക് പ്രവേശിക്കുമ്പോൾ ആദ്യത്തെ 'മഖാം'ഇല്ലാതാവുന്നില്ല. ഹാലും മഖാമും

തമ്മിലുള്ള പ്രധാന വ്യത്യാസം ഇവയാണ്. അവസ്ഥയെ സ്ഥിരമായി നില നിർത്തുന്നതിനാണ് അന്വേഷകൻ പ്രയത്നിക്കേണ്ടത്. ഓരോ സ്ഥാന ത്തിനും അതിന്റേതായ ഉത്തരവാദിത്വങ്ങൾ ഉണ്ട്.

അഹ്വാൽ, മഖാമത്ത് എന്നിവയുടെ എണ്ണം സംബന്ധിച്ച് വ്യത്യസ്ത അഭിപ്രായങ്ങളുണ്ട്. അബു നസീർ അസ്സർറാജ് തന്റെ *കിതാബുല്ലുമഇ* യിൽ പത്ത് അവസ്ഥകളെ (അഹ്വാൻ) കുറിച്ച് പറയുന്നു. അവ നിതാന്ത ശ്രദ്ധ (മുറാഖബ), സാമീപ്യം (ഖുർബ്), സ്നേഹം (മുഹബ്ബത്ത്), ഭയം (ഖൗഫ്), പ്രതീക്ഷ (റജാഅ), ആത്മീയാഭിലാഷം (ശൗഖ്), ഇണക്കം (ഉൻസ്), ശാന്തത (ഇത്വമിഅനാൻ), ധ്യാനം (മുശാഹദ), ദൃഢത (യഖീൻ) എന്നിവയാണ്.

മഖാമത്ത് ഏഴ്, പത്ത്, ഇരുപത്തൊന്ന്, നാൽപ്പത് എന്നിങ്ങനെ വ്യത്യസ്ത എണ്ണങ്ങളായി വിവിധ ഗുരുക്കന്മാർ നിജപ്പെടുത്തിയതായി കാണാം.

പൊതുവെ അംഗീകരിച്ചുവരുന്ന ഏഴു സ്ഥാനങ്ങൾ ഇവയാണ്, പശ്ചാത്താപം (തൗബ), സൂക്ഷ്മത (വറഅ), വിരക്തി (സുഹ്ദ്), നിസ്വത (ഫ്ഖ്റ്), സഹനം (സ്വബ്റ്), സമർപ്പണം (തവക്കുൽ), സംതൃപ്തി (രിദ). ദൈവത്തിൽ വിലയം പ്രാപിക്കുന്നതിന് ഏഴു കടലുകൾ താണ്ടണമെന്ന് ഗസ്സാലിയും അനുരാഗത്തിന്റെ സപ്തനഗരങ്ങളെക്കുറിച്ച് പറയുമ്പോൾ ഫരീരുദ്ദീൻ അത്താറും സൂചിപ്പിക്കുന്നത് ഈ ഏഴു സ്ഥാനങ്ങളെയാണ്.

ആധികാരിക സൂഫി ഗ്രന്ഥങ്ങളെല്ലാം ഈ അവസ്ഥകളേയും സ്ഥാന ങ്ങളേയും സംബന്ധിക്കുന്ന വിശദമായ ചർച്ചകളാൽ സമ്പന്നമാണ്. ഈ അവസ്ഥകളെല്ലാം സാക്ഷാൽക്കരിക്കുന്ന ആൾ മാത്രമാണ് സൂഫി എന്ന വിശേഷണത്തിന് അർഹനായിത്തീരുന്നത്.

ഫനാ

സൂഫി പ്രണയവഴിയിൽ, ആദ്യമായി അനുരാഗത്തിന്റെ പരകോടി അനുഭവിക്കുമ്പോൾ, പ്രണയി പ്രണയഭാജനത്തിൽ അപ്രത്യക്ഷമാകുന്ന അവസ്ഥയെയാണ് സൂഫികൾ 'ഫനാ' എന്നു പറയുന്നത്. ഇതിലെ വില യനം, ആത്മനാശം എന്നെല്ലാം ഭാഷാന്തരപ്പെടുത്താവുന്നതാണ്.

ബഖാ

അനുരാഗി പ്രണയഭാജനത്തിൽ അപ്രത്യക്ഷമായിക്കഴിഞ്ഞാൽ പിന്നെ അവശേഷിക്കുന്നത് ഏത് അവസ്ഥയാണോ, ആ അവസ്ഥയെ യാണ് സൂഫികൾ 'ബഖാ' എന്നു പറയുന്നത്. ബാക്കിയാകൽ, അവശേ ഷിക്കൽ എന്നെല്ലാമാണ് 'ബഖാ'യുടെ അർത്ഥം. 'ഫനാ'യ്ക്ക് ശേഷം ഉള്ളതെന്തോ, അതാണ് 'ബഖാ.' ആത്യന്തികമായി സർവ്വം നശിക്കു മെന്നും ദൈവം മാത്രമാണ് ബാക്കിയാവുകയെന്നും വിശുദ്ധ *ഖുർആൻ* പറയുന്നു.

റൂഹ് (ആത്മാവ്)

സൂഫികൾ ആത്മാവിൽ വിശ്വസിക്കുന്നു. അത് അവനെ ദൈവീകതയോട് അടുപ്പിക്കുന്നു. ആത്മീയ വഴികാട്ടി നല്കുന്ന ആത്മീയ പരിശീലനത്തിലൂടെ ആത്മാവിനെ ശക്തിപ്പെടുത്തുന്നു. ഇത് ക്രമേണ അല്ലാഹുവിനോടുള്ള അടുപ്പത്തിലേക്ക് നയിക്കുന്നു. സ്ഥാപിക്കാൻ തെളിവ് ആവശ്യമില്ലാത്ത സ്വതസ്പഷ്ട യാഥാർത്ഥ്യമാണ് ആത്മാവ്. അത് തെളിയിക്കുക സാദ്ധ്യവുമല്ല. സ്വയം കാണാൻ കഴിവുള്ള മൃദുവും അരൂപിയുമായ ദ്രവ്യമായാണ് ആത്മാവിനെ നാസിറുദ്ദീൻ തൂസി (ജനനം ഖുറാസാൻ, പേർഷ്യ, 1201–1274) സങ്കല്പിക്കുന്നത്.

പ്ലോട്ടിനസിനെ ഉപജീവിച്ചാണ് അൽ കിന്ദി ആത്മാവ് എന്താണെന്ന് വിശദീകരിക്കുന്നത്. സൂര്യനിൽ നിന്ന് കിരണങ്ങൾ എന്ന പോലെ സ്രഷ്ടാവിൽ നിന്ന് നിസ്സരിക്കുന്ന ചൈതന്യമാണ് ആത്മാവ്. ശരീരത്തിൽ നിന്ന് ഭിന്നവും വ്യതിരിക്തവുമാണത്. ശരീരവുമായി വേർപിരിഞ്ഞാൽ ആത്മാവ് ബ്രഹ്മബുദ്ധിയുടെ ലോകത്തിലേക്ക് പ്രവേശിക്കുകയും സ്രഷ്ടാവിന്റെ പ്രകാശത്തിലേക്ക് മടങ്ങുകയും ചെയ്യും.

പ്രപഞ്ചത്തിന് ധാരണാശക്തികൊണ്ട് ഗ്രഹിക്കാവുന്നത്, അനുഭവിച്ചറിയാനാവുന്നത്, ഭാവനയിൽ സ്ഥിതി ചെയ്യുന്നത് എന്നിങ്ങനെ മൂന്നു മണ്ഡലങ്ങളുള്ളതായി മുല്ലാ സ്വദ്റാ (ഇറാൻ, 1571–1640) സങ്കല്പിച്ചു. മനുഷ്യന്റെ ഭാവനാശക്തി വിശ്വസൃഷ്ടിക്ക് കാരണമായ വിശ്വഭാവനയെ അനുസ്മരിപ്പിക്കുന്നുവെന്നു മുല്ലാ സ്വദ്റാ അഭിപ്രായപ്പെട്ടു. വ്യക്തിയുടെ മരണാനന്തരം ഈ ശക്തി ആത്മാവിനോടൊപ്പം അന്തരാളലോകത്തേക്ക് യാത്രയാവുന്നു.

മനുഷ്യാത്മാവിന് അസ്തിത്വത്തിന്റെ ഏഴ് അവസ്ഥകളുള്ളതായി മുല്ലാ സ്വദ്റാ പറഞ്ഞു. പ്രകൃതി (ത്വബീഅ), ആത്മാവ് (നഫ്സ്), ബുദ്ധി (അഖ്ൽ), ചൈതന്യം (റൂഹ്), രഹസ്യം (സിർറ്), ഗുപ്ത രഹസ്യം (ഖഫിയ്യ്), അതീവ ഗുപ്താവസ്ഥ (അഖ്ഫഅ) എന്നിവയാണവ. ദൈവീക ഉണ്മയിൽ വിലയം പ്രാപിക്കലാണ് ഒടുവിലത്തേത്.

കശ്ഫ്

സൂഫികൾക്ക് ദൈവത്തിൽ നിന്നുണ്ടാവുന്നു എന്നു പറയപ്പെടുന്ന വെളിപാടുകളെയാണ് 'കശ്ഫ്' എന്നുപറയുന്നത്. ആത്മീയലഹരിയിൽ ചില സൂഫികൾ മൊഴിയുന്ന വാക്കുകളെ അക്ഷരാർത്ഥത്തിൽ എടുക്കേണ്ടതില്ലെന്ന അഭിപ്രായമാണ് സർഹിന്ദിക്കുള്ളത്.

മനുഷ്യന്റെ സാർവ്വലൗകികത

ആകാശങ്ങൾക്കോ ഭൂമിക്കോ മാലാഖമാർക്കോ സാധിക്കാത്ത കാര്യങ്ങൾ നിർവ്വഹിക്കുന്നതിനു വേണ്ടിയുള്ളതാണ് മനുഷ്യനിയോഗം. പർവ്വതങ്ങൾ ഏറ്റെടുക്കാൻ വിസമ്മതിച്ച് ദൈവനിയോഗം ഏറ്റെടുത്തവ

നാണ് മനുഷ്യൻ. അക്കാരണത്താലാണ് ദൈവം മനുഷ്യരെ ആദരിച്ചത്.

"മനുഷ്യരെ നാം ആദരിച്ചിരിക്കുന്നു," എന്നു *ഖുർആനിൽ* പറയുന്നുണ്ട്. ആത്മാവിനെ ഗ്രസിച്ചിരിക്കുന്ന അഴുക്കുകൾ നീക്കി അതിനെ തെളിനീർ പോലെ സ്വച്ഛവും സുതാര്യവുമാക്കുക എന്നതാണ് ഓരോ മനുഷ്യന്റേയും ഉത്തരവാദിത്വം. സ്വയം ശുദ്ധീകരണമാണത്. അങ്ങനെയുള്ള വ്യക്തിയേ, സാർവ്വലൗകികത്വം നേടുകയും ലോകത്തിന് അനുഗ്രഹമായിത്തീരുകയും ചെയ്യുകയുള്ളു. എല്ലാ മനുഷ്യരും സാർവ്വലൗകിക മനുഷ്യരാവുന്നതോടെ ഭൂമി ഭൂമിയല്ലാതാവും, അതൊരു ഏദൻ തോട്ടമായി പരിവർത്തിക്കപ്പെടും.

സൂഫികളുടെ പുസ്തകം

സൂഫികളിൽ ഒരു വിഭാഗമുണ്ട്. അതിമനോഹരവും അതിവിചിത്രവുമായ ഒരു വിശുദ്ധ പുസ്തകമാണ് അവർ നിത്യവും പാരായണം ചെയ്യുന്നത്. ഓരോ പേജും മറിച്ച് അതീവ ശ്രദ്ധയോടെ അവരത് വായിച്ചുകൊണ്ടിരിക്കും. ആ സൂഫികൾ നിരന്തരവായന തുടരുന്ന ആ പുസ്തകം ഒരു മഹാവിസ്മയമാണ്. കാരണം ആ ഗ്രന്ഥത്തിൽ ഒരക്ഷരം പോലുമില്ല. ഹിമധവളമായ ശൂന്യത മാത്രമാണ് ആ പുസ്തകം നിറഞ്ഞുനില്ക്കുന്നത്. ഒന്നുമില്ലാത്ത, ഒന്നുമെഴുതപ്പെടാത്ത ഒരു പുസ്തകം നിരന്തരം വായിച്ചുകൊണ്ടിരിക്കുകയെന്നത് വലിയ അത്ഭുതം തന്നെയാണ്. വാക്കുകൾക്കപ്പുറം വായിക്കാൻ അറിഞ്ഞവനു മാത്രമേ സൂഫികളുടെ പുസ്തകം വായിക്കാനാവൂ. വായനകളുടെ വായനയാണത്. വായനയുടെ ഭ്രമണമണ്ഡലത്തെ അതിജീവിച്ചവർക്കേ വായനയ്ക്കപ്പുറത്തെ വായന സാദ്ധ്യമാവുകയുള്ളു. സൂഫികളുടെ സർവ്വവിധ അക്ഷരവായനയും ആ മഹാവായന പഠിക്കാനുള്ള പരിശീലനങ്ങൾ മാത്രമാണ്. വായനയ്ക്കപ്പുറം വായിക്കാൻ അറിഞ്ഞ സൂഫിയെ സംബന്ധിച്ചിടത്തോളം *സൂഫികളുടെ പുസ്തകം* ഒരു വേദഗ്രന്ഥം തന്നെയാണ്. പുസ്തകങ്ങളുടെ പുസ്തകമാണത്.

സംഗ്രഹം

പുരാതനകാലം മുതൽ തന്നെ ഇന്ത്യ അതിർത്തിക്കപ്പുറത്തു നിന്നുള്ള കുടിയേറ്റങ്ങൾക്കും ആക്രമണങ്ങൾക്കും സാക്ഷ്യം വഹിച്ചിട്ടുണ്ട്. ആദ്യ കുടിയേറ്റക്കാരായ ദ്രാവിഡരിൽ നിന്നാണ് മൂവ്വായിരത്തിലേറെ വർഷം പഴക്കമുള്ള സിന്ധു നദീതടസംസ്കാരം ഉണ്ടായത്. പിന്നീട് കന്നുകാലികൾക്കുവേണ്ടി പുൽമേടുകൾ അന്വേഷിച്ചുകൊണ്ടു മദ്ധ്യേഷ്യയിൽനിന്നു ആര്യന്മാർ ഇന്ത്യയിൽ എത്തിച്ചേർന്നു. അവർ സമൂഹത്തിൽ ആധിപത്യം സ്ഥാപിച്ചു. അങ്ങനെ ഇന്ത്യയിൽ മഹത്തായ വേദകാല സംസ്കാരം ആരംഭിച്ചു. വേദസാഹിത്യത്തിൽ നിന്നാണ് ഹിന്ദുമത ചിന്തകളുടെ ഉത്ഭവം.

വേദകാലത്തിനുശേഷം ഇന്ത്യയിൽ പതിനാറ് ജനപദങ്ങൾ രൂപംകൊണ്ടു. ജനപദങ്ങൾ തമ്മിലുള്ള മത്സരത്തിൽ മഗധ വിജയിക്കുകയും പുരാതന ഇന്ത്യയിലെ ആദ്യത്തെ സാമ്രാജ്യമായിത്തീരുകയും ചെയ്തു. അലക്സാണ്ടറുടെ ഇന്ത്യാ ആക്രമണം ക്ഷേമരാഷ്ട്രമായ മൗര്യ സാമ്രാജ്യത്തിന്റെ ഉദയത്തിനു കാരണമായി. മൗര്യന്മാരുടെ അധഃപതനത്തിനുശേഷം നിരവധി ചെറിയ രാജവംശങ്ങൾ നിലവിൽ വന്നു. അതിൽ ജാതിവ്യവസ്ഥയെ അംഗീകരിക്കാത്ത ഇൻഡോ–ഗ്രീക്ക്, പാർത്ഥിയന്മാർ, ശാകന്മാർ, കുഷാനന്മാർ തുടങ്ങിയ വിദേശീയരും ശാകന്മാർ, ശതവാഹനന്മാർ തുടങ്ങിയ തദ്ദേശീയ രാജവംശങ്ങളും ഉണ്ടായിരുന്നു. പിന്നെ സുവർണ്ണകാലമെന്ന് വിശേഷിപ്പിക്കുന്ന ഗുപ്ത സാമ്രാജ്യത്തിന്റെ ഭരണം. തുടർന്ന് പുരാതന ഇന്ത്യയിലെ അവസാനത്തെ മഹാനായ ഹിന്ദു രാജാവായിരുന്ന ഹർഷവർദ്ധനന്റെ വർദ്ധന രാജവംശം. പിന്നീട് വടക്കേ ഇന്ത്യയുടെ പല ഭാഗങ്ങളിലും രജപുത്ര രാജവംശങ്ങൾ നിലവിൽ വന്നു. പുരാതന ഇന്ത്യയിലെ മിക്ക രാജാക്കന്മാരും ജൈന–ബുദ്ധ മതവിശ്വാസമാണു പിന്തു

ടർന്നത്.

മദ്ധ്യകാലഘട്ടത്തിൽ ഇന്ത്യയിലെ ആദ്യത്തെ മുസ്ലിം സാമ്രാജ്യമായ ഡൽഹി സുൽത്താനേറ്റിന്റെ സ്ഥാപനം. തുടർന്നു ലോകചരിത്രത്തിൽ തന്നെ വൈറ്റ് മുഗൾസ് എന്നറിയപ്പെടുന്ന മുഗളരുടെ പ്രബുദ്ധമായ ഭരണകാലം. മുഗൾ ഭരണത്തിന്റെ തകർച്ചയോടെ യൂറോപ്യന്മാരുടെ ആഗമനം. അതോടെ ഇന്ത്യ ആധുനിക യുഗത്തിലേക്ക് എത്തിച്ചേർന്നു.

ഈ ആക്രമണകാരികൾ എല്ലാം തന്നെ ഇന്ത്യയുടെ വടക്കുപടിഞ്ഞാറൻ ഭാഗങ്ങളിലൂടെ വന്നവരായിരുന്നു. യുറോപ്യന്മാരാകട്ടെ കടൽമാർഗ്ഗമാണ് ഇന്ത്യയിലെത്തിയത്. യൂറോപ്യന്മാർക്കു മുമ്പ് ഇന്ത്യയിലെത്തിയ വിദേശ ആക്രമണകാരികളെല്ലാം ക്രമേണ ഇന്ത്യക്കാരായി. എന്നാൽ യൂറോപ്യന്മാർ അതിനു തയ്യാറായിരുന്നില്ല. അവർ തദ്ദേശവാസികളിൽ നിന്നു അകന്നുനില്ക്കുകയും തങ്ങളുടെ സ്വത്വം (identity) നിലനിർത്തുകയും ചെയ്തു.

അങ്ങനെ വിവിധ വിദേശാക്രമണകാരികളുടെ പിൻതലമുറക്കാരായ സങ്കരവർഗ്ഗമാണ് ഇന്നത്തെ ഇന്ത്യൻ ജനത. കൂടാതെ പൗരസ്ത്യദേശത്ത് പിറവിയെടുത്ത മതങ്ങൾക്കെല്ലാം ഇന്ത്യയിലും വലിയ സ്വീകാര്യത ലഭിച്ചിട്ടുണ്ട്. ഈ സങ്കരജനത പല മതങ്ങളിലായി നൂറ്റാണ്ടുകളായി ഭാരത മണ്ണിൽ ജീവിച്ചുപോരുന്നു.

ഇന്ത്യയിൽ ഇസ്ലാമിലേക്കുള്ള മതപരിവർത്തനത്തെക്കുറിച്ച് കൂടുതൽ പഠിച്ചാൽ ആദ്യകാലങ്ങളിൽ സിംഹഭാഗവും സൂഫികളുടെ സ്വാധീനഫലമായാണ് ഇസ്ലാമിലെത്തിയതെന്നു മനസ്സിലാക്കാൻ കഴിയും. ഇസ്ലാമിന്റെ മഹത്തായ ആദർശങ്ങൾ മനസ്സിലാക്കിയായിരുന്നില്ല. ബഹുഭൂരിഭാഗവും ഇസ്ലാമിൽ ആകൃഷ്ടരായത്. പ്രത്യുത, പലപ്പോഴും സൂഫി ഷെയ്ക്ക്മാരുടെ ജീവിതവിശുദ്ധിയും ആത്മീയശക്തിയും പാണ്ഡിത്യവും, അത്ഭുതപ്രവൃത്തികളും മറ്റും അനുഭവിച്ചറിഞ്ഞവരായിരുന്നു അവർ എന്നതായിരുന്നു അതിന്റെ കാരണം. അതിനാൽത്തന്നെ തങ്ങളെ ആകർഷിച്ച ഷെയ്ക്കുമാരുടെ പാത പിൻപറ്റുന്നതിലായിരുന്നു അവർ ഇസ്ലാമിനെ കണ്ടെത്തിയിരുന്നത്. പലപ്പോഴും ഇസ്ലാമിക മൗലിക പ്രമാണങ്ങൾക്ക് ആ ഇസ്ലാമിൽ യാതൊരു സ്ഥാനവുമുണ്ടായിരുന്നില്ല.

അടിമത്തത്തിലും ദുസ്സഹമായ ജാതിവ്യവസ്ഥയിലുംനിന്നും രക്ഷപ്പെടാൻ അവർണ്ണർ ഇസ്ലാം മതം സ്വീകരിച്ചിട്ടുണ്ട്. എണ്ണൂറു വർഷത്തോളം നീണ്ടുനിന്ന മുസ്ലിം ഭരണംകൊണ്ട് ഇന്ത്യ ഒരു ഇസ്ലാമിക രാഷ്ട്രമായില്ല. ഏകദേശം നൂറ്റിത്തൊണ്ണൂറു വർഷത്തെ ബ്രിട്ടീഷ് ആധിപത്യം ഇന്ത്യയെ ഒരു ക്രൈസ്തവ രാഷ്ട്രമാക്കിയും മാറ്റിയില്ല. ചരിത്രത്തിലുടനീളം നാനാത്വത്തിൽ ഏകത്വം എന്ന പാരമ്പര്യമാണ് ഇന്ത്യ നിലനിർത്തി കൊണ്ടുവന്നിട്ടുള്ളത്. ലിഖിത നിയമങ്ങളുടെ അഭാവത്തിൽ പോലും നമ്മുടെ പൂർവ്വികർ മതേതരത്വമെന്ന ആശയത്തെയും അതിന്റെ ജനകീയ പാരമ്പര്യത്തെയും നിലനിർത്തിയിരുന്നു. ഇന്ത്യയിൽ ഈശ്വരവിശ്വാസം തന്നെ പലതാണ്. ഏകദൈവവിശ്വാസംപോലെ ബഹുദൈവവിശ്വാസവുമുണ്ട്. അതേ

പോലെ നിരീശ്വരവാദവും. മതം എന്നത് നീതിബോധം മാത്രമാണ് നീതി വിരുദ്ധമായത് മതമേ അല്ല.

ദൈവനിഷേധത്തിന്റേയും മതനശീകരണത്തിന്റേയും പടിഞ്ഞാറൻ പേരാണ് സെക്കുലറിസം എന്ന് പലരും വിചാരിക്കുന്നു. സെക്കുലർ രാഷ്ട്രം മതമില്ലാത്തതല്ല. മതാധിഷ്ഠിതവുമല്ല. മതം രാഷ്ട്രത്തിന്റെ വിഷയമല്ല എന്നേ അതിനു താല്പര്യമുള്ളു. രാഷ്ട്രത്തിനു മുൻപാകെ ഭിന്നമതവിശ്വാസികൾ തുല്യരാണ് എന്ന് സെക്കുലറിസം പറയുന്നു. വിശ്വാസ സ്വാതന്ത്ര്യവും, ആരാധനാസ്വാതന്ത്ര്യവും ആ വ്യവസ്ഥിതി ഉറപ്പുവരുത്തുന്നുണ്ട്. പൗരന്റെ വിശ്വാസത്തിൽ ഭരണം കൈകടത്തരുത് എന്നു ചുരുക്കം. ഭിന്ന സംസ്കാരങ്ങൾ പുലരുന്ന ഇന്ത്യയ്ക്ക് മറ്റേതു വ്യവസ്ഥയാണ് സ്വീകരിക്കാനാവുക?

ദേശസ്നേഹവും മതസൗഹാർദ്ദവും വിശ്വാസത്തിന്റെ ഭാഗമാണെന്നു പഠിപ്പിക്കുന്ന മതമാണ് ഇസ്ലാം. മുഹമ്മദ് നബി മദീനയിൽ ഭരണം സ്ഥാപിച്ചപ്പോൾ അവിടത്തെ ന്യൂനപക്ഷമായ ജൂതന്മാരുമായി ഉടമ്പടി ഉണ്ടാക്കി. മുഹമ്മദ് നബിയുടെ ഭരണകൂടം മുസ്ലിങ്ങളെയും അല്ലാത്തവരെയും പൗരന്മാർ എന്ന നിലയിൽ തുല്യമായിക്കണ്ടിരുന്നു. മത വിശ്വാസത്തിന്റെ കാര്യത്തിൽ അവർ സ്വതന്ത്രരായിരുന്നു. ആഭ്യന്തരമോ ബാഹ്യമോ ആയ ആക്രമണങ്ങൾക്കെതിരായി വിശ്വാസഭേദം കണക്കാക്കാതെ അവർ ഒന്നിച്ചു പോരാടി. മദീനാ ദേശീയത അവരെ ഒരുമിപ്പിച്ചു. മതവിശ്വാസവുമായി ബന്ധപ്പെട്ട് ഇതിനപ്പുറം വല്ലതും സെക്കുലറിസവും ദേശീയതയും നമ്മോട് പറയുന്നുണ്ടോ? ഇതാണ് മുഹമ്മദ് നബിയുടെ മാതൃക.

ഏഴാം നൂറ്റാണ്ടിൽ അറേബ്യൻ ഉപദ്വീപിലെ മെക്കയിൽ വിരലിലെണ്ണാവുന്ന ആളുകളുമായി മുഹമ്മദ് നബി തുടക്കംകുറിച്ച പ്രബോധനം സൂഫികളും വണിക്കുകളും പ്രബോധകരും വഴി ലോകത്തിന്റെ നാനാ ഭാഗങ്ങളിലേക്കും ഇസ്ലാമിന്റെ സന്ദേശങ്ങൾ എത്തിക്കുകയുണ്ടായി. നൂറ്റാണ്ടുകൾ പ്രഭാവത്തോടെ നിലനിന്ന നാഗരികത എന്ന നിലയിൽ ലോകത്തെ സാംസ്കാരികമായും ധൈഷണികമായും വൻതോതിൽ സ്വാധീനിക്കാൻ ഇസ്ലാമിനു സാധിച്ചു. വിജ്ഞാനത്തിനും വിദ്യാഭ്യാസത്തിനും അത്ഭുതകരമായ പുരോഗതിയുണ്ടായി. അറബി ജേതാക്കൾ കീഴടക്കപ്പെട്ടവരോടു കാണിച്ച സഹിഷ്ണുതയുടെ വലിപ്പം നിമിത്തം, അറബി ഭാഷയെ ഏറ്റവും വലിയ വിജ്ഞാനഭണ്ഡാഗാരവും ഏറ്റവും സമ്പന്നമായ സാഹിത്യഭാഷയുമാക്കിയ കവികളിലും, ശാസ്ത്രജ്ഞന്മാരിലും ദാർശനികരിലും ഭൂരിപക്ഷം പേരും അറബി രക്തമുള്ളവരായിരുന്നില്ല. അറബികൾ യൂറോപ്പിലെ ഒരൊറ്റ ക്രിസ്ത്യൻ സർവ്വകലാശാലയ്ക്കും അനേകം നൂറ്റാണ്ടുകളിൽ കിടപിടക്കാൻ കഴിയാതിരുന്ന മഹത്തായ സർവ്വകലാശാലകൾ സ്ഥാപിച്ചു. അവയിൽ ഏറ്റവും വിഖ്യാതമായവ കെയ്റോവിലേയും കൊർഡൊവയിലേയും ബാഗ്ദാദിലേയും സർവ്വകലാശാലകളായിരുന്നു.

മദ്ധ്യകാല സാമ്പത്തിക ജീവിതത്തിന് മുസ്ലിം ലോകം നല്കിയ

ഏറ്റവും വലിയ സംഭാവനകളായ ചെക്കുകൾ, രസീതുകൾ, വിനിമയ ബില്ലുകൾ (Bills of Exchange), കടപ്പത്രം (Letter of Credit) മുതലായവ 1400 മുതൽ യൂറോപ്പിൽ ഒരു വാണിജ്യ വിപ്ലവം തന്നെ സൃഷ്ടിച്ചു. മതം, തത്ത്വചിന്ത, ശാസ്ത്രം, കല, വാസ്തുശില്പം, സാഹിത്യം, സംഗീതം, കൈയെഴുത്തു കല, ഭക്ഷണം, വേഷം എന്നിവയിലെല്ലാം അളവറ്റ സ്വാധീനമാണ് കിഴക്കും പടിഞ്ഞാറും ഇസ്ലാം ചെലുത്തിയത്.

മതം, സമൂഹം, രാഷ്ട്രീയം എന്നീ മാനവ സംസ്കാരത്തിന്റെ പ്രധാനപ്പെട്ട മൂന്നു സവിശേഷതകളും മദ്ധ്യ ഇസ്ലാമിക രാഷ്ട്രങ്ങളുടെ ചരിത്രം സംയോജിപ്പിക്കുന്നു. ലയിച്ചു ഒന്നായിത്തീരുന്ന മൂന്നു വൃത്തങ്ങളായി അവയെ നമുക്ക് ഏഴാം നൂറ്റാണ്ടിൽ കാണാം. അടുത്ത അഞ്ചു നൂറ്റാണ്ടിൽ ഈ വൃത്തങ്ങൾ വേർപിരിയുന്നു. ഈ കാലഘട്ടത്തിന്റെ അവസാനമാകുമ്പോൾ രാഷ്ട്രത്തിന്റെയും ഗവൺമെന്റിന്റെയും മേലുള്ള ഇസ്ലാമിന്റെ സ്വാധീനം വളരെ പരിമിതമായി മാറുന്നു. അപ്പോഴേക്കും രാഷ്ട്രീയം മതത്തിന്റെ അനുമതിയില്ലാത്ത പലതും (രാജത്വം, ആഭ്യന്തര കലാപം തുടങ്ങിയവ) ആയിത്തീരുന്നു. മതത്തിന്റെയും സമൂഹത്തിന്റെയും വൃത്തങ്ങൾ ഇടകലരുന്നു. ആചാരങ്ങളിലും വ്യക്തി ജീവിതത്തിലും ഷരിയ പാലിക്കുന്നതിൽ മുസ്ലിം സമുദായം ഐക്യം പാലിക്കുന്നു. എന്നാൽ പിന്നീടൊരിക്കലും അത് അതിന്റെ മതപരമായ വ്യക്തിത്വം നിർവ്വചിക്കുകയല്ലാതെ സ്വയം ഭരിക്കുന്നില്ല. മുസ്ലിം സമുദായത്തിന്റെ പുരോഗമനാത്മകമായ മതനിരപേക്ഷീകരണത്തിലൂടെ മാത്രമേ മതത്തിന്റെയും സമൂഹത്തിന്റെയും വൃത്തങ്ങളെ വേർതിരിച്ചു നിർത്താനാവൂ. ദാർശനികരും സൂഫികളും എന്നുമത് അംഗീകരിക്കുന്നു. പൗരസമൂഹം സ്വതന്ത്രമാവണമെന്നും വ്യക്തിഗതമായ ആത്മീയ, ആചാരാനുഷ്ഠാനത്തിനു പകരം വയ്ക്കണമെന്നും അവർ ഉപദേശിക്കുന്നു.

എല്ലാവർക്കും ഹൃദയം നിറഞ്ഞ നന്ദി

പരമകാരുണ്യവാന് സ്തുതി!

ഗ്രന്ഥസൂചിക

Themes in World History, Textbook in History for Class XI, NCERT 2006,

Themes in Indian History, Part II Textbook in History for Class XII, NCERT 2007

മുസ്ലിം തത്ത്വചിന്താ ചരിത്രം ഉള്ളടക്കം, എ കെ അബ്ദുൽ മജീദ്, ഇസ്ലാമിക് പബ്ലിഷിങ് ഹൗസ്, കോഴിക്കോട്.

ഇസ്ലാമിക രാഷ്ട്രീയം വിമർശിക്കപ്പെടുന്നു, എം എൻ കാരശ്ശേരി, മാതൃഭൂമി ബുക്സ് 2010.

സൂഫിസത്തിന്റെ വേരുകൾ, കെ എ ഖാദിർ ഫൈസി, ഇസ്ലാമിക് പബ്ലിഷിങ് ഹൗസ്, കോഴിക്കോട്.

അറബികളുടെ ചരിത്രം, ഡോ. ടി. ജമാൽ മുഹമ്മദ്, കേരള ഭാഷാ ഇൻസ്റ്റിറ്റ്യൂട്ട്, തിരുവനന്തപുരം 1979.

ഹിന്ദുസ്ഥാനി സംഗീതം, എ ഡി മാധവൻ, ഡി സി ബുക്സ് 2009.

അറബി സാഹിത്യം, പ്രൊഫ. വി മുഹമ്മദലി, കേരള ഭാഷാ ഇൻസ്റ്റിറ്റ്യൂട്ട്, തിരുവനന്തപുരം 1990.

സൂഫിസം പ്രണയ മാർഗ്ഗത്തിന്റെ ലാവണ്യം, സിദ്ദീഖ് മുഹമ്മദ്, മാതൃഭൂമി ബുക്സ് 2016.

സൂഫിസം പ്രണയം മനനം ആനന്ദം, സിദ്ദീഖ് മുഹമ്മദ്, മാതൃഭൂമി ബുക്സ് 2014.

വെബ് ഡെസ്ക്, Themes Malayalam asiavllenews.com, 17 Jan.2020

www.deshabhimani.com, wikipedia